D1772408

தொ.மு.சி. ரகுநாதன்

தொ.மு.சி. ரகுநாதன்

தொ.மு.சி ரகுநாதன் (1923 – 2001)

தமிழ்நாட்டின் முக்கியமான இடதுசாரி அறிவாளரான தொ.மு.சி ரகுநாதன் நெல்லையில் பிறந்து வளர்ந்தவர். நெல்லை இந்துக் கல்லூரியில் இடைநிலைவரை படித்த ரகுநாதன், 1942இல் விடுதலைப் போராட்டத்தில் பங்குகொண்டு சிறைப்பட்டதால் படிப்பு தடைப்பட்டது. *தினமணி* (1944 – 45), *சக்தி* (1948 – 52) ஆசிரியர் குழுவிலும், *முல்லை* (1946-47) ஆசிரியராகவும் பணியாற்றியவர். தமிழின் முதல் இடதுசாரி இலக்கிய இதழ் இவர் நடத்திய *சாந்தி* (1954 – 56). முழுநேர எழுத்தாளராக வாழ்ந்த இவர் சென்னையில் சோவியத் செய்தித் துறையில் ஆசிரியராகப் பணியாற்றி (1967 – 88) ஓய்வு பெற்று, நெல்லைக்கு மீண்டும் குடிபெயர்ந்து அங்கேயே மறைந்தார்.

சிறுகதை, நாவல், விமரிசனம், (திருச்சிற்றம்பலக் கவிராயர் என்ற புனைபெயரில்) கவிதை, மொழிபெயர்ப்பு ஆகிய துறைகளில் முனைப்பாகச் செயல்பட்ட ரகுநாதன், ஆராய்ச்சித் துறையில் ஆழமாகத் தடம் பதித்தார். புதுமைப்பித்தனின் நண்பராக இருந்து, அவருடைய மறைவுக்குப் பின் அவருடைய எழுத்துகளைத் தொகுத்து வெளியிட்டும், 'புதுமைப்பித்தன் வரலாறு' எழுதியும் தமிழ் இலக்கிய உலகத்தில் புதுமைப்பித்தனின் இடத்தை நிலைநாட்டியவர். 'பஞ்சும் பசியும்' (1953) தமிழின் முதல் முற்போக்கு நாவல் என்ற பெருமைக்கு உரியது. 'இலக்கிய விமரிசனம்' (1948) சிறு நூலாயினும் தமிழ்த் திறனாய்வியலின் முன்னோடியாகும். பாரதியிடம் ஆழ்ந்த பற்று கொண்டிருந்த ரகுநாதன் எழுதிய ஆராய்ச்சி நூல்கள் பாரதியியலில் புதிய பாதையைக் காட்டியவையாகும். 'சாகித்திய அகாதமி' (1983) பரிசு பெற்றவர்.

சுந்தர ராமசாமி

தொ.மு.சி. ரகுநாதன்

தொகுப்பு
அரவிந்தன்

காலச்சுவடு பதிப்பகம்

தொ.மு.சி. ரகுநாதன் ♦ நினைவுக் குறிப்புகள் ♦ ஆசிரியர்: சுந்தர ராமசாமி ♦ © கமலா ராமசாமி, அரவிந்தன் ♦ முதல் பதிப்பு: டிசம்பர் 2014 ♦ வெளியீடு: காலச்சுவடு பப்ளிகேஷன்ஸ் (பி) லிட்., 669 கே. பி. சாலை, நாகர்கோவில் 629001

காலச்சுவடு பதிப்பக வெளியீடு: 590

Tho.Mu.Si. Rakunathan ♦ Reminiscences ♦ Author: Sundara Ramaswamy ♦ © Kamala Ramaswamy, Aravindan ♦ Language: Tamil ♦ First Edition: December 2014 ♦ Size: Demy 1 x 8 ♦ Paper: 18.6 kg maplitho ♦ Pages:104

Published by Kalachuvadu Publications Pvt. Ltd., 669 K.P. Road, Nagercoil 629001, India ♦ Phone: 91-4652-278525 ♦ e-mail: publications @kalachuvadu.com ♦ Wrapper Printed at Print Specialities, Chennai 600014 ♦ Printed at Mani Offset, Chennai 600005

ISBN: 978-93-82033-56-1

12/2014/S.No. 590, kcp1139, 18.6 (1) ILL

பதிப்புரை

பல முக்கியமான ஆளுமைகளுடன் நெருக்கமான நட்பும் உறவும் கொண்டிருந்த சுந்தர ராமசாமி, தொ.மு.சி. ரகுநாதனுடனான தன் உறவின் நினைவுகளை இங்கு பதிவு செய்கிறார்.

சு.ராவின் தீவிர வாசகரான அரவிந்தன் அவரைச் சந்தித்து உரையாடிப் பதிவுசெய்ததைப் பிரதி எடுத்தவர் பி.ஆர். மகாதேவன்.

நினைவோடை வரிசையில் ஒன்பதாவது நூல் இது. இதே வரிசையில் வந்துள்ள க.நா.சு., சி.சு. செல்லப்பா, கிருஷ்ணன் நம்பி, ஜீவா, பிரமிள், குறித்த பதிவுகள் அனைத்தும் சுந்தர ராமசாமியால் பார்வையிடப்பட்டுச் செம்மைப்படுத்தப்பட்டவை. அவரது மறைவுக்குப்பின் வெளிவந்த ஜி. நாகராஜன், தி. ஜானகிராமன், கு. அழகிரிசாமி பற்றிய பதிவுகளும் தொ.மு.சி. ரகுநாதன் பற்றிய இந்தப் பதிவும் உரையாடலின் எழுத்து வடிவமாகவே அமைந்தவை.

பதிப்பாளர்

முன்னுரை

ரகுநாதன்: காலத்தில் கரையாத அத்தியாயம்

1923இல் பிறந்த ரகுநாதன் 2001இல், வருடத்தின் கடைசி நாளில் மறைந்தார். அப்போது அவருக்கு வயது 78.

ஐம்பது ஆண்டுகள் ரகுநாதனின் நண்பனாக இருக்க எனக்கு வாய்ப்பு கிடைத்தது. நான் பார்க்க வேண்டும் என்று ஆசைப்பட்ட முதல் எழுத்தாளரே அவர்தான். 'இலக்கிய விமர்சனம்' நூலில் தன் கருத்துகளை மிகக் கறாராக அவர் முன்வைத்திருந்தது, மனத்தை வசீகரித்த சொல்லாட்சி, கவித்துவம் மிகுந்த நடை ஆகியவை என்னைக் கிறங்கடித்திருந்தன. அத்துடன் அவர் தம் சிறுகதைகளுக்குத் தேர்வு செய்யும் கருக்கள் அளித்த அதிர்ச்சி அவர்மீது ஈர்ப்பை ஏற்படுத்தின. ('ஆனைத்தீ' என்ற கதையைப் படித்துவிட்டு அடைந்த பரபரப்பை இன்றும் உணர முடிகிறது.) அவருடைய பல்துறை சார்ந்த அறிவு பொறாமையைத் தூண்டிற்று. இவையெல்லாம் புதுமைப்பித்தனின் ஆவி அவரிடம் மட்டுமே குடிகொண்டிருப்பதைத்தான் எனக்கு உறுதிப்படுத்திற்று. நேரில் சந்தித்தபின் எங்கள் உறவு நெருங்கி வந்தது. ரகுநாதன் உறவுகள் சார்ந்து உணர்ச்சியை வெளிப்படுத்திக்கொள்ளக் கூடியவரோ கலகலப்பாகப் பேசக்கூடியவரோ அல்ல. இருப்பினும் அவர் என்மீது காட்டிய நேசம் அன்றைய என் நெல்லை நண்பர்களுக்கு வியப்பையும் மகிழ்ச்சியையும் அளித்தன.

9

ஒரு மாத இதழ் தொடங்கும் அளவுக்கு மூலதனமோ பிற வசதிகளோ அன்று அவருக்கு இல்லை. இளம் எழுத்தாளர்களுக்கு ஒரு களம் அமைக்க வேண்டும் என்ற ஆசையில்தான் அவர் சாந்தியைத் தொடங்கினார். முதன்முதலாவதாக அந்தப் பத்திரிகையில் எழுதிய எழுத்தாளர்கள் பலர். அவர்கள் தம் எழுத்து வாழ்க்கைக்கு நம்பிக்கை பெற்றது ரகுநாதனின் மூலமும் சாந்தியின் மூலமும்தான்.

ரகுநாதனின் இலக்கிய வாழ்வை மூன்று பகுதிகளாகப் பிரிக்கலாம். ஒன்று: 1940இலிருந்து 50வரையிலும் அவரைத் தத்தளிக்கச் செய்த காலம். இரண்டு: 50க்கு மேல் மார்க்சியத்தை முழுமையாக ஏற்றுக்கொண்டு அவர் படைப்பில் ஆழ்ந்திருந்த உறுதியான காலம். இந்தக் காலத்தில்தான் இடதுசாரி இலக்கியவாதிகளைப் பாதித்த 'பஞ்சும் பசியும்' நாவல் வெளிவந்தது. மூன்று: 1970க்கு மேல் அவர் ஆராய்ச்சியிலும் இலக்கிய விமர்சனத்திலும் அதிக ஊக்கத்துடன் வெளிப்பட்ட காலம்.

நாற்பதுகளில் அவர் எழுதியவற்றில் மிக முக்கியமான புத்தகம் 'இலக்கிய விமர்சனம்' மட்டுமே. பிற புத்தகங்களான 'புயல்', 'முதலிரவு', 'ஆணா? பெண்ணா?', 'கன்னிகா' போன்றவை வாழ்க்கைச் சோதனைகள் அளித்த தத்தளிப்பின் விளைவு என்று சொல்லலாம். இப்புத்தகங்களுக்கு இன்று இலக்கிய மதிப்பு இல்லை.

அவர் எழுதிய சிறுகதைகள், கவிதைகள் வாசகனைத் தீவிர உணர்ச்சிக்கு ஆட்படுத்தியவை. செய்த மொழிபெயர்ப்புகள் மிக நேர்மையானவை. இவற்றிலெல்லாம் அவரது படைப்பாற்றல் வெளிப்படுகிறது.

அவருடைய பொற்காலம் அவர் தீவிரமாக ஆராய்ச்சியிலும் இலக்கிய விமர்சனத்திலும் இறங்கிய காலம்தான்.

மூன்று படைப்பாளிகளிடம் அவர் உயிர்ப்பிணைப்புக் கொண்டிருந்தார். கம்பன், பாரதி, புதுமைப்பித்தன்.

'இளங்கோ அடிகள் யார்?' என்ற தலைப்பில் வெளிவந்த விரிவான ஆராய்ச்சியும், பாரதியைப் பற்றி வெளிவந்த பல நூல்களும், புதுமைப்பித்தனின் வாழ்க்கை வரலாறும் அவரைப் பற்றி எழுதிய பிற கட்டுரைகளும் புதிய பார்வைக்கும் புலமை ஆற்றலுக்கும் எடுத்துக்காட்டுகளாக இருக்கின்றன. கம்பனைப் பற்றி எழுத வேண்டும் என்ற அவரது கனவு நிறைவேறாமல் போயிற்று. இந்தக் கலைஞர்கள்மீது அவர் கொண்டிருந்த மனப்

பிணைப்பில்தான் அவரது படைப்பு நாளம் கடைசி வரையிலும் துடித்துக்கொண்டிருந்தது.

எதைப் பற்றிச் சொன்னாலும் தான் சொல்பவை இதுவரையிலும் சொல்லப்படாதவையாக இருக்க வேண்டும் என்பதில் ரகுநாதனுக்கு மிகுந்த வெறி இருந்தது. இந்த வெறி சார்ந்த குறிக்கோளை அடைய மிகக் கடுமையாக அவர் உழைக்க வேண்டியிருந்தது. தன் செயல் மூலம் தான் பெறக்கூடிய லாபம், புகழ், அங்கீகாரம் ஆகியவற்றை என்றுமே அவர் கணக்கிலெடுத்துக் கொண்டதில்லை. தன்னால் முன்வைக்கப்படும் கருத்துகளின் கூர்மை, ஆற்றல், அவை நிகழ்த்தும் சமூக மாற்றம் ஆகியவையே அவர் முன் நின்றிருந்தன. இதில் சமரசமற்று காட்டிய பிடிவாதம் மூலம் அவர் எதிர்கொள்ள நேர்ந்த இழப்புகள் கணிசமானவை. இருப்பினும் தன் குறிக்கோள் சார்ந்த முடிவை அவர் கடைசிவரையிலும் தளர்த்திக்கொள்ளவே இல்லை.

இளங்கோவையோ பாரதியையோ புதுமைப்பித்தனையோ முன்னிட்டுப் பேசும்போது, அவர்கள் தரப்பு, கோலாகலமான வெற்றியை அடைய வேண்டும் என்ற ஒரே குறிக்கோள் சார்ந்து அவர் தன்னை ஏவிவிட்டுக்கொள்கிறார். அந்த வெற்றிக்குத் துணைநிற்கும் சகல தடயங்களையும் ஒன்றுவிடாமல் கண்டெடுத்து, அவற்றைத் தன் பார்வையில் விளக்கி, ஒரு மையத்தில் குவித்து, தன் படைப்பு நாயகனின் கழுத்தில் மாலைகளாக விழும்படி செய்கிறார். இதில் அவர் வெளிப்படுத்தும் ஒரு வழக்கறிஞருக்குரிய அசாதாரணமான ஆற்றலின் மூலம் ஆராய்ச்சிக்குரிய சமன்நிலை சிறிது பாதிக்கப்பட்டுவிடுகிறது என்ற மதிப்பீடும் உள்ளது.

சமூக மாற்றத்திலும் மதிப்பீடுகளிலும் அவர் மிகுந்த நம்பிக்கை கொண்டவர். சமத்துவத்தைக் கனவு கண்டவர். அக்கனவு கூடிவர குறுக்கே நிற்கும் அதீத கற்பனைகளை முற்றாக அகற்றி யதார்த்தப் பார்வையைத் தழுவிக்கொண்டவர். அவர் கனவு கண்ட பொற்காலம் மண்ணில் இறங்கிவர ஒரு நூற்றாண்டோ அல்லது பல நூற்றாண்டுகளோ ஆகலாம். ஆனால் என்றேனும் அக்கனவு இந்த மண்ணில் நிறைவேறினால் அதற்கு ரகுநாதன் ஆற்றிய பங்கு மிக முக்கியமான ஒரு அத்தியாயமாக இருக்கும்.

***இந்தியா டுடே*, ஜனவரி 16 31, 2002**

எழுதத் தொடங்குவதற்கு முன்னாலேயே என்னோட சின்ன வயதிலேயே – பதினாறு பதினேழு இருக்கலாம் – எனக்குப் புத்தகங்கள் குறைவாகக் கிடைக்கும் அந்தச் சந்தர்ப்பத்திலேயே ரகுநாதனின் புத்தகங்களை விரும்பிப் படிக்க ஆரம்பித்தேன். அப்போது எனக்கு ரகுநாதனைப் பற்றி எதுவுமே தெரியாது. அப்படி ஒரு எழுத்தாளர் இருக்கிறார் என்பதே தெரியாது. எங்கள் வீட்டுச் சூழலில் கல்கி, திரு.வி.க., வ.ரா. இந்த மாதிரியான பேர்தான் அடிபடுவது வழக்கம். ரகுநாதன் இளம் வயது எழுத்தாளர்.

பக்கத்து வீட்டுப் பையன் ஒருநாள் *முதல் இரவு* என்கிற புத்தகத்தை வைத்துக்கொண்டிருந்தான். அந்தப் புத்தகம் பற்றி உணர்ச்சிவசப்பட்டுப் பேசினான். இந்த மாதிரி புத்தகங்களைப் படிக்கவே முடியாது. பல விஷயங்களைத் தைரியமாச் சொல்றார் அப்படியெல்லாம் சொன்னான். அந்தப் புத்தகத்தைப் படிக்கும் சமயத்தில் அந்த வயது சார்ந்த குறுகுறுப்பும் சந்தோஷமும் அந்தப் பையனிடம் இருந்ததை உணர்ந்தேன். நானும் அதே மாதிரியான குறுகுறுப்போடுதான் அந்தச் சமயத்தில் இருந்தேன். "படிக்கக் கொடுக்கறீங்களா?" என கேட்டேன். "தடைசெய்யப்பட்ட புத்தகம். கவனமாப் படிச்சுட்டுக் கொடுத்திருங்க" அப்படின்னான்.

அந்தப் புத்தகம் ரொம்ப விறுவிறுப்பாகப் போய்க்கொண்டிருந்தது. ஏற்கனவே 'செல்ஃப் செக்ஸ்' சம்பந்தமான விஷயங்களைத் தெரிந்துகொள்ள வேண்டும் என்கிற ஆர்வத்துக்காக – விஷயங்களைச் சொரண்டக்கூடிய, உணர்வுகளை எழுப்பக்கூடிய புத்தகங்களைப் படிப்பதற்கு ஆர்வமில்லாமல் அதை ரொம்பச் சரியாகவே தெரிந்துகொள்ள

வேண்டும் என்பதற்காக – ஹாவலக் எல்லிஸ் *(Havelock Ellis)* என்கிற எழுத்தாளருடைய புத்தகத்தை உள்ளூர் நூலகத்திலிருந்து எடுத்துப் படிச்சேன்.

ஹாவலக் எல்லிஸ். அப்போது பிரபலமான பேர்தான். இந்த விஷயங்களை ஆரம்ப காலத்தில் 'சயன்டிஃபிப்'க்காகக் கையாண்ட எழுத்தாளர். அந்தக் காலத்தில் உலகம் பூராவும் இந்தப் புத்தகத்தைப் படித்திருப்பார்கள்.

எனக்குக் கால்பங்குதான் புரிந்தது. ஆனால் உடல் சம்பந்தப்பட்ட விஷயங்களெல்லாம் நமக்கு ஏற்கனவே தெரிவதால் மீதியை நாமே பூர்த்தி செய்துகொள்கிறோம். நிறையச் சொற்களுக்கு அர்த்தம் புரியாது. அதை அகராதியில் பார்த்துக்கொள்ளலாம். உண்மையாகப் படித்தது பதினெட்டு வயசாக்கூட இருக்கலாம். திட்டவட்டமாகச் சொல்ல முடியவில்லை. ஆனால் இந்தியாவுக்குச் சுதந்திரம் கிடைத்த பிறகுதான் இருக்கும், அப்போது எனக்குப் பதினாறு வயது. அதற்குப் பிறகு மூன்று வருஷங்களில்தான் நான் ஒரு தீவர வாசகனாக மாறுகிறேன். புத்தகம் படிக்கிறேன். துண்டுப் பிரசுரம் படிக்கிறேன். நூல்நிலையங்களுக்கு வழக்கமாகப் போகிறேன். இதெல்லாம் அப்போதுதான் நடக்கிறது. பிறகு அவருடைய புத்தகங்களைத் தொடர்ந்து படிக்க வேண்டும் என்கிற ஆர்வம் ஏற்பட்டது. ஏனென்றால் ஒரு வித்தியாசமான தன்மை அவரிடம் இருப்பதாக நான் உணர்ந்தேன். சேதுவிடம் அந்தப் புத்தகத்தைத் திரும்பக் கொடுத்துட்டு, "வேறு எதாவது புத்தகம் இவர் எழுதினது இருக்கா" எனக் கேட்டேன்.

'முதல் இரவு' அறிவுசார்ந்து எழுதப்பட்ட புத்தகம்தான். ஆனால் அதெல்லாம் அப்போது எனக்குத் தெரியாது. உடல் உறவு சம்மந்தமான பல்வேறு விஷயங்களை ஒரு கதை மாதிரி சொல்லிக்கொண்டு போவார். திட்டவட்டமாக அந்த நாவல் இப்போது எனக்கு ஞாபகம் இல்லை. அந்த வார்த்தைகளை எல்லாம் நாங்கள் தமிழில் பார்த்ததே இல்லை. அதனால் எங்களுக்கு ரொம்பப் புல்லரிப்பைக் கொடுத்தன.

காலங்காலமாக மறைக்கப்பட்ட விஷயத்தைச் சொல்கிறார். அப்படிச் சொல்லும்போது அந்த மொழியின் மீது அவருக்கு ஒரு பிடிப்பு இருக்கு. முக்கியமான எழுத்தாளர் என்கிற தன்னம்பிக்கையோடு எழுதறார். அந்த விஷயங்களைச் அறிவியல்பூர்வமாகவும் தனக்குத் தெரியும் என்கிற பலமும் அதில் இருக்கிறது. அதைச் சில்லரையாகச் செய்யாமல் அறிவியல்பூர்வமான மனோபாவத்தில் செய்திருப்பதால் சமயத்தில் எனக்கு ஹாவலக் எல்லிஸ் பற்றிய ஞாபகங்களும்

அந்தப் புத்தகங்களையும் அவர் படித்திருக்கக்கூடும் என்கிற எண்ணமும் வந்தன.

அது இலக்கியமா, இப்படி எழுதப்படுவது உயர்வான விஷயமா என்பதெல்லாம் தெளிவாகத் தெரியவில்லை. துணிச்சலான காரியங்களைச் செய்திருக்கார் என்பதுதான் முக்கியமான விஷயமாக மனசில் இருந்தது. சேதுவிடம் அந்தப் புத்தகத்தைக் கொடுத்துவிட்டுப் படிப்பதற்கு வேறு புத்தகம் இருக்கிறதா என்று கேட்டேன். *புயல்* என்கிற நாவலைக் கொடுத்தான்.

அதுக்கு முன்னால் காண்டேகரின் நாலைந்து நாவல்களைப் படித்திருந்தேன். ஏதோ காரணத்தினால் காண்டேகரின் ஞாபகம். அதற்கு முக்கியமான காரணம் ஒன்றுமில்லை. ‘அவள் சொல்கிறாள், அவன் சொல்கிறான்’ என்று வரிகள் வந்தாலே காண்டேகரின் ஞாபகம் வந்துவிடும். ஏனென்றால் முதன்முதலாக அவர்தான் அப்படி எழுதுகிறார். அனேகமாக அந்தக் காலத்தில் இருக்கக்கூடிய எல்லா எழுத்தாளர்களுமே ஒரு காண்டேக விதமான நாவலை எழுத முயன்றிருக்கிறார்கள். முக்கியமாகப் பெண் எழுத்தாளர்கள் முயன்றிருக்கிறார்கள். கடிதங்களை அடிப்படையாக வைத்து நாவல் எழுதுவது, வெவ்வேறு பாத்திரங்களின் மனோபாவங்களை ‘அவன் சொல்கிறான். அவள் சொல்கிறாள்’ என்று நாவல் முழுதும் சொல்லக்கூடியது, இதெல்லாம்தான் அந்தக் காலத்தில் மிகப் பெரிய புதுமையாக இருந்தது. ஒரு கவர்ச்சிகரமான தன்மை அவரிடம் உண்டு. எந்த வாசகனையும் முழுமையாகப் படிக்க வைத்துவிடுவார். கவித்துவ பலம் உண்மையாக அவருக்கு ரொம்ப வலுவாக இருக்கிறது. அது ரொமேன்டிக்காக இருந்தாலும்கூட இந்தியப் பாரம்பரியத்தில் வரக்கூடிய ஒரு கவித்துவ பலம் காண்டேகரிடம் இருக்கிறது. அதோடு சுவையாகக் கதை சொல்லக்கூடிய மனோபாவமும் இளைஞர்களிடம் உயர்தரமான மனோபாவத்தை ஏற்படுத்தகூடிய தன்மை – அதுவும் தேவையாக இருக்கிறதே – இவையும் அவரிடம் இருந்தன.

மேலே பார்த்துப் பறப்பது, பெரிய லட்சியங்களை மனசுக்குள்ளே உருவாக்குவது, இதெல்லாம் எவ்வளவு காலத்துக்கு நீடித்திருக்கும் என்பது வேறு விஷயம். ஆனால் படிக்கும் சமயத்தில் உத்வேகத்தைக் கொடுக்கிறார். சிறந்த வழியைப் பார்த்து ஆசிரியர் நம்மை இழுத்துக்கொண்டு போகிறார். இதெல்லாம் மு.வ.வைவிடச் சிறப்பாகவே செய்திருக்கார். சாதாரணமாக அறம் என்கிற அளவில்தான் மு.வ.வின் எழுத்து இருக்கிறது.

ஆனால் அறம் என்கிற சொல் துருத்தாமலே தொ.மு.சி. தன் கனவுகளைச் சொல்லியிருக்கிறார். அவருடைய கனவு ஒரு இந்தியக் கனவு என்று சொல்லலாம். சமயம் அல்லது நாத்திகம் இப்படி எந்தப் பக்கமும் அவர் அதிகம் சாயமாட்டார். எல்லாருக்கும் அவர் நாவலில் ஓர் இடம் உண்டு. புரட்சிகரமான ஆட்கள் அந்தக் காலத்தில அதிகமாக அவர் நாவலில் வந்தாங்க. அந்தப் புரட்சிகரமான ஆட்கள் எல்லாருமே ரொமேன்டிக்கான ஆட்களாக இப்போது வாசித்தால் தோணலாம். ஆனா அந்தக் காலத்தில் படிக்கறத்துக்கு உவப்பாக இருந்திருக்கிறது. ரொமேன்டிசசத்தால் பாதிக்கப்பட்ட நாவல் எனச் சொல்லலாம். இன்னொரு கோணத்தில் சொன்னால் அந்தப் பாதிப்பிலிருந்து வெளியில் வந்த நாவல் என்றும் சொல்லலாம். ஏனெனில் அந்தப் பாதிப்பில் எழுதிய எழுத்தாளர்களெல்லாமே ரொமேன்டிக்கான நாவலைத்தான் தமிழில் எழுதியிருக்கிறீர்கள். தொ.மு.சி. அந்தப் பாதிப்போடு ரியலிஸ்டிக்கான தன்மைக்கும் அந்த நாவலில் இடம் கொடுத்திருக்கார். அதனால் அவர் பேரில் ஒரு அக்கறை வருகிறது. எழுத்தாளர் சிலர் பேரில் சில சமயங்களில் ஒரு மானசீகமான உறவு வரும். அதுமாதிரியான உறவு இவரிடம் உருவாகியது. ஒரு புத்தகம் படிக்கிறோம் அதோடு அந்த ஆசிரியரை மறந்துவிடுகிறோம். தொடர்ந்து பின்பற்றிப் போகணும் என்கிற தொடர்பு ஏற்படுவதில்லை. இவரைப் பொறுத்தவரை அந்தத் தொடர்பு உருவாகியது.

இவருக்கும் புதுமைப்பித்தனுக்கும் சம்பந்தம் இருப்பதாக நான் நினைக்கவே இல்லை. கருத வேண்டிய அவசியமே இல்லை. அதுக்குப் பின்னால் கிட்டத்தட்ட அவரின் ஆறு ஏழு புத்தகங்களைப் படித்தேன். *ஆணா பெண்ணா, கன்னிகா* இப்படி அநேகமா அந்தக் காலகட்டத்தில அவர் எழுதிய எல்லாப் புத்தகங்களையும் உடனேஉடனே படித்திருக்கிறேன். தொ்டர்ந்து தேடுவதால் ஒரு இடத்தில் இல்லை என்றாலும் இன்னோரிடத்திலிருந்து அந்தப் புத்தகங்கள் கிடைத்தன. அவர் *சக்தி* பத்திரிகையிலேயே வேலை பார்த்தார், அவர் திருநெல்வேலிக்காரர் என்பது எனக்குத் தெரியாது. அவரும் கு. அழகிரிசாமி இரண்டு பேருமே *சக்தி* பத்திரிகையில்தான் இருக்கிறார்கள் அப்படிங்கிறதைத் தெரிஞ்சுகொண்டேன். *சக்தி* வாங்கிப் படிக்க ஆரம்பிச்சேன். *சக்தி* பத்திரிகையில் அவர்களுடைய கட்டுரைகள் வர ஆரம்பித்தன. அந்தப் பத்திரிகையில் மொழிபெயப்புகளெல்லாம் விசேஷமான மொழிபெயர்ப்புதான்.

மாப்பஸான் எழுத்துகளின் மொழிபெயர்ப்பின் மூலம் எழுத்தாளனுக்குப் பலவிதமான யோசனைகள் சொல்லப்படுகிறது.

அந்தக் கட்டுரை என் மனத்தைக் கவர்ந்த கட்டுரை. என்னுடைய கட்டுரைத் தொகுதியில் எதிலோ அதைப் பற்றிக் குறிப்பிட்டிருக்கிறேன். அது அழகிரிசாமி மொழிபெயர்த்தது என்று எழுதிவிட்டேன். 'அது அழகிரிசாமி மொழிபெயர்த்ததல்ல, நான் மொழிபெயர்த்தது' என்று ரகுநாதன் கடிதாசி எழுதியிருந்தார். அப்புறம் திருத்திக்கொண்டேன்.

இந்த மாதிரியான நூதனமான புதுமையான விஷயங்களைச் செய்வதில் ஆற்றல் உள்ளவர் தொ.மு.சி. என்ற எண்ணம் எனக்கிருந்தது. உண்மையாகவே என்னைக் கவர்ந்த புத்தகம் எது என்று கேட்டால், அவருடைய இலக்கிய விமர்சனம்தான். இலக்கிய விமர்சனம் நாலைந்து முறை படித்திருப்பேன். அந்தக் காலத்தில் லா.ச. ராமாமிருதம், மௌனி இந்தப் பெயரில்லெல்லாம் அதிக ஈடுபாடில்ல. ராமாமிருதத்தை முதலில் நான் தெரிந்துகொண்டதெல்லாம் இவர் வழியாகத்தான். தொ.மு.சியை பின்பற்றி என்னுடைய பயணம் ரொம்ப நாளைக்கு இருந்தது. பத்துப் பன்னிரெண்டு வருஷம் மானசீகமாக இருந்தது.

ரகுநாதன் தன் கட்டுரைகளில் புதுமைப்பித்தன், ராமாமிருதம், மௌனி எல்லாம் முக்கியமான எழுத்தாளர்கள் என்று குறிப்பிடுகிறார். இலக்கிய விமர்சனத்தில அவர் முன்வைக்கக்கூடிய பார்வையில் பலவிதமான மாற்றங்கள் பின்னால் நிகழ்ந்திருக்கலாம். எதை எழுதினாலும் ரொம்பத் துணிச்சலாக எழுதுவது, அப்பட்டமாக எழுதுவது, பயமே இல்லாமல் எழுதுவது என்கிற அம்சம்தான் இந்தப் புத்தகங்கள் எல்லாமே ரொம்ப அளவுக்குக் கவர்வதுக்குக் காரணம். இரண்டாவது கவர்ச்சி அவருடைய மொழி. அவருடைய மொழி வந்து ரொம்ப அளவில் மனசுக்கு உவப்பாக இருந்தது அந்த வயசில். அவர் சக்தி பத்திரிகையில் வேலை பார்க்கக்கூடிய சமயத்தில அவர் புதுமைப்பித்தனைப் பின்பற்றி எழுதக்கூடியவர் என்கிற செய்தி கிடைத்தவுடனே அவர்மேல் அதிகப்படியான அபிமானம் வந்தது. புதுமைப்பித்தனைப் படித்து அவர் பேரில் ஒரு பைத்தியக்காரத்தனமான அபிமானத்தோட இருந்த காலகட்டத்தில் அவருடைய வாரிசாக ஒருத்தர் தமிழில் இருக்கார் என்றுதான் அவரைப் பார்த்தேன். நேரில் பார்க்க வேண்டும் என்கிற எண்ணம் மனசில் ரொம்ப வலுவாக இருந்தது.

புதுமைப்பித்தன் மலர் கொண்டுவர வேண்டும் என்கிற சமயத்தில் அவருக்குக் கடிதாசி போட்டேன். அனேகமாகச் சக்தி காரியாலத்தின் 'கேர் ஆஃப்'ல'தான் அந்தக் கடிதாசி போயிருக்கும். அதற்கு அவரிடமிருந்து பதில் வந்தது. அந்தக் கடிதம்தான் எனக்கு அவர் எட்டக்கூடிய ஆள்தான், அவரோடு

உறவு வைத்துக்கொள்ள முடியும் என்கிற எண்ணத்தைக் கொடுக்கிறது.

அவர் கையெழுத்து ரொம்ப நன்றாக இருக்கும். பல பேரோடு கையெழுத்து எனக்குப் பிடித்தாலுங்கூட ரகுநாத னுடைய ஆரம்பக் கையெழுத்து, கடைசிவரையிலும் அந்தக் கையெழுத்துத்தான் இருந்தது. வயசானால் சின்னச்சின்ன மாற்றங்கள் வருமே, அப்படிப்பட்ட மாற்றங்கள் இருந்தன. ஆனாலும் ரொம்பச் சின்னச் சின்ன மற்றங்கள்தான். ஆனால் அவருடைய கையெழுத்து ரொம்ப அழகாக இருக்கும். பல ஆட்கள் வந்து ரொம்ப ஒழுங்காக எழுதுவாங்களே, அப்படி எழுத மாட்டார். அவர் ஒரு ஃப்லோவோடத்தான் எழுதுவர். ஆனால் அமைப்பு அழகாக இருக்கும். அதெல்லாம் முக்கியமான விஷயமாக எனக்கு இருந்தது. அவர் எனக்குக் கட்டுரை அனுப்பினார். அழகிரிசாமிக்கும் கடிதாசி போட்டிருந்தேன். அவரும் கட்டுரை அனுப்பினார்.

மலரை அனுப்பிய உடனே இரண்டு பேருமே பாராட்டி எழுதி இருந்தார்கள். அவர்கள் விதமான வாசகன் நாகர்கோவிலில் இருக்கான் என்னும் எண்ணம் இரண்டு பேர் மனசிலேயும் உருவாயிருக்கிறது. அவர்கள் இரண்டு பேருக்குமே ஆச்சரியம், நாகர்கோவில் பக்கத்திலெல்லாம் பழைய இலக்கியத்தோடு தொடர்புடையவர்கள்தான் இருக்கிறார்கள் என்கிற எண்ணத்தில் இருந்ததனால் இது புதுமையான விஷயமாக இருந்தது என்று பின்னால் சொன்னார்கள்.

ரகுநாதனுடைய *புதுமைப்பித்தன் வரலாறு* படித்த நேரத்தில்தான் அவர் மிகப் பெரிய எழுத்தாளர் என்கிற எண்ணம் ஏற்பட்டது.

ஏனென்றால் அவ்வளவு சுவாரஸ்யமாகவும் அவ்வளவு அழகாகவும் அந்த வாழ்க்கை வரலாற்றைச் சொல்லியிருக்கார். பின்னால் அதுபற்றி நான் பலவிதமான குறைகள் சொல்லலாம். அதனுடைய போதாமைகள் பற்றிக்கூடச் சொல்லலாம். ஆனால் அந்தச் சந்தர்ப்பத்தில் எனக்கு முக்கியமான புத்தகமாக இருந்தது மட்டுமல்ல புதுமைப்பித்தனைப் பற்றி எனக்குத் தெரிந்துகொள்ள வேண்டிய தகவல்கள் இருக்கே, அந்த ஆர்வத்தை முழுவதையும் அவர் தீர்த்துட்டார். அப்போது எனக்கு ரகுநாதனையும் புதுமைப்பித்தனையும் மனதில் வச்சுக்கணும் என்கிற ஆசை இருந்தது. எனக்கு அந்த ஆசை புதுமைப்பித்தனைப் பொறுத்தவரை முழுமை அடைந்தது. அவருடைய படைப்போடு நிறைவான ஒளிச்சித்திரம் ஒன்று கிடைத்துவிடுகிறது. அதே மாதிரி ஒரு சித்திரம் ரகுநாதனைப் பற்றிக் கிடைக்கக்கூடிய சமயத்தில்

புதுமைப்பித்தனைப் பின்பற்றக்கூடிய சிந்தனைகள் அதாவது அது எப்படி இயங்குகிறது, அவர்கள் எப்படிச் செயல்படுகிறார்கள்? அப்படியெல்லாம் பார்ப்பதற்கான சந்தர்ப்பமும் எனக்கு அந்தத் தோழமையைத் தொடர்வதற்கான சந்தர்ப்பம் உருவாகிறது. அது எனக்கு மனசுக்குள்ளே ஒரு கனவாக இருந்தது. ரகுநாதன் திருநெல்வேலிக்கு வந்திருக்கிறார் என்று தெரிந்தவுடனே அவரை எப்படியாவது பார்க்க வேண்டும் என்று ஆசைப்பட்டேன். அப்போது கிருஷ்ணன் நம்பிக்கும் எனக்கும் நட்பு வந்துவிட்டது. அந்த நேரத்தில எனக்கு லேசாகத் தொழிற்சங்கத்தில் பழக்கம் இருந்ததாலும், ரகுநாதன் தீவிரமான இடதுசாரியாக மாறிவிட்டார் என்கிற தகவல் எனக்குக் கிடைத்ததாலும் மின்சாரத் தொழிலாளர் சங்கத்தைச் சேர்ந்த ஒரு தோழரிடம் சொல்லி அவர்களுடைய ஆண்டுவிழாவில் ரகுநாதனைப் பேச்சாளராக அழைக்க வேண்டும் எனக் கேட்டுக்கொண்டேன்.

அவர்களும் அழைத்தார்கள். அனேகமாக நெல்லை கம்யூனிஸ்ட் கட்சியிடம் யோசனை கேட்டிருப்பார்கள். அவர்கள் சிபாரிசு செய்திருக்கலாம். அதன்படி அவர்கள் அழைத்தார்கள். ரகுநாதன் வந்தார். அப்போதுதான் ரகுநாதனைப் பார்க்கிறோம். அதற்கு முன்பு பார்த்தாக என் மனசில் இல்லை. நானும் நம்பியும் அவரிடம் நெருக்கமாகப் பழகினோம். கூட்டம் ஆரம்பிப்பதற்கு முன்னாலேயே நாங்கள் அவரிடம் கொஞ்சம் பேசிக்கொண்டிருந்தோம். கூட்டம் முடிந்த பிறகு அவருடைய ஓட்டல் அறையில் வைத்து அவரோடு பேசினோம். எங்க மனசிலிருக்கிற ஆசையும் எதிர்பார்ப்பும் ஜனங்களுக்கு இருக்க வேணடும் என்பது அவசியமல்ல. அந்தக் கூட்டம் நடத்துபவர்களுக்கும் இருக்க வேணடும் என்பது அவசியமல்ல. ஆனால் அவரை எல்லோரும் சாதாரணமாகப் பார்ப்பது எனக்குச் சங்கடமாக இருந்தது. ஆரம்ப காலத்தில க.நா.சு., ரகுநாதன் போன்ற எனக்கு உயர்ந்த மதிப்புள்ள எழுத்தாளர்கள் சம்பந்தமாக இந்த மாதிரி சங்கடங்களை அடைந்திருக்கிறேன். நாம் அவர்களை ஒருவிதமாகப் பார்ப்பதும் மற்றவர்கள் படித்தவர்கள்கூட இந்த விஷயம் தெரியாமல் அவர்களைச் சாதாரணமாக நினைப்பதும் எனக்கு ரொம்ப சங்கடமாக இருந்திருக்கிறது. ஆனால் அவர்கள் அதைப் பொருட்படுத்தவில்லை. இலக்கியச் சூழலின் ஒரு பகுதியாக அந்த விஷயம் இருக்கிறது என்பதெல்லாம் எனக்குப் பின்னாலதான் தெரிந்தது. ஏனென்றால் அவர்கள் மிகப் பெரிய வரவேற்பையும் உற்சாகத்தையும் கொடுப்பார்கள் என்று நினைத்தேன். அவர்கள் என்ன நினைத்தார்களென்று தெரியவில்லை. கட்சி தோழர்தான் அவர்.

அப்போது இரண்டு மூன்று விஷயங்கள் தெரியவந்தன. ஒன்று ரகுநாதன் என்னிடம் அக்கறையோடதான் இருக்கார். இரண்டாவது அவர் அதிகமாக பேசக்கூடியவரே இல்லை. கலகலப்பாகப் பேசக்கூடிய ஒரு நபர் அல்ல. அப்புறம் என்னைப் பற்றி—என்னுடைய பின்னணி சம்பந்தப்பட்ட விஷயங்கள் குறித்து—தெரிந்துகொள்ள அவர் ரொம்ப ஆர்வம் காட்டவேயில்லை. எழுத்து சம்பந்தமான விஷயங்களில் என்ன முயற்சிக்கிறோம், என்ன புத்தகங்கள் படிக்கிறோம் அப்படிங்கிற விஷயத்தைப் பற்றித்தான் பேசினார்.

எனக்கென்னமோ அவர் என்னுடைய தொடர்பை விரும்புகிறார், அவருடைய சுபாவப்படி அந்த விஷயம் வெளித் தெரியுதென்று நினைத்தேனே ஒழிய மேற்கொண்டு அவரைப் பார்ப்பதற்கு எந்தவிதத் தயக்கமும் உருவாகும்படியான சந்தர்ப்பம் நிகழவில்லை.

நாங்கள் இரண்டு பேருமே எழுத்தாளர்களைக் கடைசி வரையும் அவர்களுடனே இருந்து அவர்களுடைய விஷயங்களைக் கவனித்து பஸ்ஸில் ஏற்றிவிடுவோம். பஸ்ஸில் நானும் நம்பியும் ஏற்றிவிட்ட பட்டியல் ரொம்ப நீளமானது. பஸ் கிளம்பிப் போய்ச் சின்னப் புள்ளியாக மறையும்வரைக்கும் நின்றுகொண்டே இருப்போம். அது என்ன காரணத்தினால் என்று தெரியாது. அந்த நேரத்தில ஒரு விதமான வெற்றிடம். அதைப் பற்றிப் பேசிக்கொண்டது இல்லை.

அதைத் தீர்த்துக்கும்படியாகப் பூங்காவுக்கோ எங்கேயாவது போய்ப் பேசிட்டு வருவோம். அந்தப் பேச்சில் இவரைப் பற்றிச் சில விஷயங்களைப் பகிர்ந்துகொள்வதும் உண்டு.

பிறகு வரிசையாக எத்தனை சந்திப்புகள் நிகழ்ந்தது எனத் தெரியவில்லை. மொத்தத்தில நாலைந்து வருஷத்துக்குள் அந்தச் சந்திப்புகளெல்லாம் எப்படி நிகழ்ந்தன என்று சொல்ல முடியும்.

இதே மாதிரி ஒரு தடவை அவரைத் தொடர்புகொள்ள நினைத்தோம். எனக்கும் நம்பிக்கும் போவதற்கான வசதி அதிகம் இல்லை. இங்கிருந்து நெல்லைக்குப் போவது ஒன்றும் சிரமமான விஷயமல்ல; இருந்தாலும் என்னை அனுப்பிவைப்பதற்கான சூழல் எங்க வீட்டில் இல்லை. ரகுநாதனைத் திரும்ப வரவழைப்ப தற்காக யோசித்தோம். அப்போது நம்பி இந்துக் கல்லூரியில் படித்துக்கொண்டிருக்கிறான். எங்க மாவட்டத்தில முக்கிய எழுத்தாளராக இருந்த டாக்டர் தே. வேலப்பன் தமிழ்ச் சங்கத்தின் காரியதரிசியாக இருந்தார். அவரிடம் சொல்லி ரகுநாதனைச்

சங்கக் கூட்டத்துக்குப் பேச அழைக்கச் சொன்னோம். இப்போது அந்த மாதிரி கூட்டங்கள் நடக்கிறதா என்று தெரியவில்லை. அப்போது நிச்சயமாகத் தமிழ்ச் சங்கக் கூட்டத்திற்கான ஆரம்ப விழா உண்டு. பிறகு தொடர்ந்து அது சம்பந்தமான கூட்டங்கள் எல்லாம் நடக்கும். அதன் ஆரம்ப விழாவுக்குக் கூப்பிடச் சொன்னோம். அதற்குப் பல ஆட்கள் வந்திருக்கிறார்கள். ரகுநாதன் வந்திருக்கிறார். ஜெயகாந்தன் வந்திருக்கிறார். அப்போது ரகுநாதன் திரும்ப வந்தார். அவருடைய பேச்சைக் கேட்பதற்காக நாங்கள் போனோம். அவருடன் நிறைய நேரம் இருந்தோம். அந்தச் சமயத்தில அவர் எங்க வீட்டில் தங்கினாரா என்பது ஞாபகமில்லை. வேலப்பன் ரகுநாதனுக்கு இருபத்தைந்து ரூபாய் கொடுக்க முடியும் என்று நம்பியிடம் சொல்லியிருந்தார். நம்பி அதை ரகுநாதனிடம் சொல்லியிருந்தார். ஆனால் அது கொடுக்கப்படவில்லை. ரகுநாதன் அதைக் கேட்டு வாங்கக்கூடிய நபரல்ல. ஒருவிதத்தில் பார்த்தால் ரகுநாதன் மிகவும் கூச்சமான நபர். கூட்டங்களில் பார்த்தால் தைரியமாக விளாசுவது மாதிரி பேசுவார். இந்த இரண்டு குணங்களும் அவரிடம் உண்டு. சில பேர் பணத்தைக் கறாராகக் கேட்டு வாங்குவார்கள். சில எழுத்தாளர்கள் வாங்குவதைப் பார்த்திருக்கிறேன். அந்த மாதிரியில்லாமல் அவர் கூச்சப்பட்டுக் கொண்டு போய்விட்டார்.

பொருளாதாரரீதியாக அவருடைய நிலைமை ரொம்ப மோசமாகத்தான் இருக்கிறது. கஷ்டப்பட்டுக்கொண்டுதான் இருந்திருக்கார். அதெல்லாம் எங்களுக்கு உறைக்கவில்லை. எங்களுடைய பின்னணி சார்ந்து மற்றவர்களின் கஷ்டங்கள் அந்தக் காலத்தில் எங்களுக்குப் புரிந்துகொள்ளத் தெரியவில்லை என்றுதான் நினைக்கிறேன். எனக்கும் அவருக்கும் கடிதப் போக்குவரத்து இருந்துகொண்டிருந்தது. அனேகமாக வாரத்தில் ஒரு கடிதமாவது எழுதுவேன். அவரும் ஒன்று அல்லது இரண்டு கடிதம் எழுதுவார். இப்படித் தொடர்ந்து கடிதங்கள் எழுதிக்கொண்டதில் அனேகமாக எண்ணிக்கையில் இருநூறு கடிதமாவது இருக்கலாம். அதெல்லாம் சேர்த்துவைத்திருக்க வேண்டும் என்கிற எண்ணமே அன்றைக்கு இல்லை. அதெல்லாம் முக்கியமானவை. பின்னால் ஆய்வாளர்களுக்குப் பயன்படும். அதன் மதிப்பு தெரியாததால் நான் அதெல்லாம் சேர்த்துவைத்துக் கொள்ளவில்லை. அப்போது அவர் எழுதியிருந்தார், 'அந்தப் பணத்தை வாங்கி அனுப்பினீங்கன்னா பரவாயில்ல' என்று. இந்தத் தொகைகூட வாழ்க்கையில் அவருக்கு முக்கியமான தொகையாக இருக்கும் என உணர்ந்தேன். மனசுக்குக் கஷ்டமாக இருந்தது. அதனால் நம்பியிடம் அந்த விஷயத்தைச் சொல்லிக்கொண்டே இருந்தேன்.

வேலப்பனிடம் ஞாபகப்படுத்துவதாக நம்பி சொன்னான். என்ன சிக்கல் என்பதைத் தெளிவுபடுத்தாமலேயே நம்பி ஆறு மாதம் இழுத்தடித்துக் கொண்டிருந்தான். இது சம்பந்தமாக எனக்கும் அவனுக்கும் பேச்சுவார்த்தை வந்தது. கடைசியில் நான், "நீ இது மாதிரி பண்ணக் கூடாது. என்ன விஷயம்னு தெளிவாச் சொல்லு" என்றேன். "இது நடக்கிற மாதிரியில்லை. சொல்ல கூச்சத்தாலதான் நான் சொல்லல" என்றான்.

இருபத்தைந்து ரூபாய் பணத்தை நானும் அவனுமாகச் சேர்ந்து புரட்டுவது பெரிய விஷயமல்ல. கொஞ்சம் சிரமப் பட்டால் ஒரு மாசத்தில் புரட்டிவிடலாம். ஆனால் எங்களுக்கு அப்போது இரண்டு விஷயம் யோசனைக்கு வந்தது. வேலப்பன் கொடுத்ததாகச் சொல்லிப் பணத்தை அனுப்பிடலாம். அப்படி அனுப்புவதா? இல்லை வேலப்பன் மறுத்துவிட்டார் எனச் சொல்வதா? அந்த வயசில் இப்படி யோசனைகள் வந்தன. நானும் அவனும் கலந்து பேசினோம்.

நம்பி என்ன முடிவு எடுப்பான் என்று எனக்குத் தெரியும். "நாமளே பணத்தைப் புரட்டி அனுப்பிடுவோம்" என்று சொன்னான். பதினைந்து நாளில் பணத்தை எம். ஓ. பண்ணிவிட்டோம். பின்னால் வேலப்பன் பணம் தரவில்லை என்று அவரிடம் சொல்ல வேண்டிய சந்தர்ப்பமே உருவாகவில்லை.

திருநெல்வேலியில் ரகுநாதன் புதுமைப்பித்தன் நினைவு விழா நடத்தினார். கூட்டத்திற்கு என்னைப் பேசக் கூப்பிட்டிருந்தார். அதுவரை நான் எந்தக் கூட்டத்திலும் பேசியதில்லை. முன்னப்பின்னப் பேசாத ஆளை எப்படிப் பேசக் கூப்பிடுகிறார் என நான் பதற்றமாகிவிட்டேன். கடிதாசி வந்தவுடனே நம்பியிடம் கேட்டேன், "எப்படி என்னைக் கூப்பிடறார்? எனக்குப் பேசமுடியும்னு எனக்கே தெரியலையே?" "அவருக்கு நம்பிக்கையை உருவாக்கியிருக்கிறீர்கள். தைரியமாக ஏற்றுக்கொள்ளுங்கள். இரண்டு பேரும் சேர்ந்து போகலாம்" என்று நம்பி ஊக்கமளித்தான். நான் பேசப்போகும் அந்த விஷயங்களை எழுதினேன். எழுதினதிற்குப் பிறகு ஓரளவுக்கு மனசுக்குப் பிடிபட்டுது. அங்கே போய் உளறிடுவேனோ, பாதிப் பேச்சில் நிறுத்திடுவேனோ, என்னை வரவழைத்த ரகுநாதனுக்கு அது ஒரு அவமானமாகிடுமோ என்றெல்லாம் பயங்கரமான கவலை இருந்தது. ஆனால் ரொம்பளவு தயாரிப்புடன் நானும் நம்பியும் அந்தக் கூட்டத்துக்குப் போனோம். நல்ல கூட்டம். அனேகமாகக் கம்யூனிஸ்ட் கட்சி நிதியுதவி செய்திருப்பார்களோ என்னமோ. அந்தக் கூட்டத்தில் பேசினேன். பேச்சு ரொம்ப நன்றாகயிருந்ததாக ரகுநாதன் சொன்னார்.

அந்தக் கூட்டத்தில் பேசியதில் இரண்டு புதுமைப்பித்தன்கள் என்பதுதான் என்னுடைய விஷயம். சில ஆட்களுக்குப் புதுமைப்பித்தன் முற்போக்கு எழுத்தாளராக இருக்கிறார். வேறு சில ஆட்களுக்குப் பிற்போக்கு எழுத்தாளராக இருக்கிறார். முற்போக்கு எழுத்தாளரான புதுமைப்பித்தனை நாம் ஆதரிக்க வேண்டும் என்று பேசினேன். அந்தக் காலகட்டத்தில் இருந்த பொதுவான கண்ணோட்டம்தான் அது.

அரசியல்ரீதியாகச் சரியான நிலைப்பாடா அது?

ஆமாம். அரசியல்ரீதியாகச் சரியான நிலைப்பாடுதான். அவர்களுக்கெல்லாம் ரொம்ப சந்தோஷம். ரகுநாதன், தி.க. சிவசங்கரன், அண்ணாச்சி சண்முகம் பிள்ளை போன்ற நிறையப் பேர் நண்பர்கள் ஆகிவிட்டார்கள். கூட்டம் முடிந்ததும் பாராட்டினார்கள். அப்போது என் மனசில் என்ன எண்ணம் இருந்ததென்றால் நான் அங்கு தங்குவது என்பதெல்லாம் அவங்களுக்குச் சுமையாக இருக்கக் கூடாது. இதுதான் என் மனசில் ஆழமான தீர்மானமாயிருந்தது.

சங்கீத சபாவிலோ எங்கோ கூட்டம் ஏற்பாடு செய்திருந்தார்கள். கூட்டம் முடிந்தவுடனே நம்பியிடம் போவோம் என்றேன். அப்படிப் போவது சரியான விஷயமல்ல என்று நம்பிக்குத் தெரிந்தது. "கொஞ்சம் இருந்துட்டுப் போவோமே" என்றான். ஏனென்றால் நாம் போனால் அவர்கள் ஏமாற்றம் அடையலாம் என்கிற எண்ணம் அவனுக்கு இருந்தது. எனக்கு அதற்கு நேர்மாறாக இருந்தது. இங்கிருந்தால் நம்மைக் கவனிப்பது அவர்களுக்குக் கஷ்டமாக இருக்கலாம். ரொம்பச் சிரமப்பட்டு இந்தக் காரியத்தைச் செய்கிறார்கள். அப்படி நினைத்து, "நாம போவோம்" என்று நம்பியிடம் சொன்னேன். என்னுடைய பேச்சைத் தட்டமுடியாமல் அரைகுறை மனசுடன்தான் நம்பி வந்தான் என்பது பின்னால் தெரிந்தது.

"எல்லாரும் ரொம்ப வருத்தப்பட்டார்கள். உங்களுடன் நன்றாகப் பேசி உங்களை அங்கு தங்கவைத்து, மறுநாள் வழியனுப்பலாம் என நினைத்துக்கொண்டிருக்கிற சமயத்தில் யாரிடமும் சொல்லாமலேயே நீங்கள் போய்விட்டீர்கள். அதில் எல்லாருக்கும் பெரிய ஏமாற்றம்" என்று ரகுநாதன் எழுதியிருந்தார். அப்போதுதான் அவர்கள் மனசில் எனக்கு முக்கியமான இடம் இருக்கிறது என்கிற உறுதி எனக்கு ஏற்பட்டது. உங்களைச் சிரமப்படுத்த வேண்டாம் என்றுதான் வந்துவிட்டோம் என நான் அவருக்கு எழுதினேன். தொடர்ந்த கடிதப் போக்குவரத்தில் இதெல்லாம் பெரிய செலவில்லை. ஏதோ கொஞ்சம் பணம் கிடைத்ததால்தான் இந்தக் கூட்டம் நடத்தினோம். ரொம்ப

லகுவாகச் செய்திருக்கலாம். அண்ணாச்சி சண்முகம் பிள்ளை வீடு மிகப் பெரிய வீடு. அங்கு உங்களைத் தங்கவைக்க ஏற்பாடு செய்திருந்தோம் என்றெல்லாம் எழுதினார். அவங்க எல்லாருமே இப்படி வருத்தப்பட்டார்கள் எனத் தெரியவந்தபோது நாம் செய்தது தவறான காரியமோ என எனக்கும் நம்பிக்கும் தோன்றினாலும்கூட எங்கள் பேரிலுள்ள அவர்களின் அக்கறை வெளிப்படுவதற்கு இந்தச் சம்பவம் முக்கியமான காரணமாக இருந்தது.

ரகுநாதனுடைய தோழமை கண்டிப்பாக என்னுடைய வாழ்க்கைக்குத் தேவை அப்படிங்கிற உணர்வு எனக்கு ஏற்பட்டது. நான் விரும்பக்கூடிய, நானே மதிக்கக்கூடிய ஒரு எழுத்தாளரிடமிருந்து எவ்வளவோ விஷயங்கள் எனக்குத் தெரிந்துகொள்ள வேண்டியிருக்கிறது. அந்த மாதிரி எழுத்தாளருடைய பின்புலம் எனக்குத் தேவையாக இருக்கிறது. எனக்கும் அவருக்குமான தோழமை என் மனசுக்கு சந்தோஷத்தைக் கொடுக்கக்கூடிய காரியமாக மாறிக்கொண்டே இருந்தது. கிடைக்கக்கூடிய சமயங்களில் எல்லாம் நான் திருநெல்வேலி போவது, அவர்கள்கூட ஒன்றிரண்டு நாட்கள் தங்கிட்டு வருவது – இப்படி வருஷத்துக்கு ஆறு ஏழு தடவையாவது போவேன். அதுபோல அவரும் எந்த விதமான நோக்கமும் இல்லாமலேயே இங்கு பல தடவை வந்திருக்கார். வந்த சமயங்களில் எல்லாம் அவர் எங்கள் வீட்டில்தான் தங்குவர். அப்படி நெருக்கமான உறவு ஏற்பட்டுப் பேசிக்கொண்டு இருப்போம். ஆனால் ரகுநாதன் சுவாரசியமாகப் பேசக்கூடியவர் எனச் சொல்ல முடியாது. அவரிடம் விஷயம் இருக்கிறது என்கிற விஷயம்தான் என்னைக் கவர்ந்ததேயொழிய அவருடைய பலவீனங்களோ போதாமைகளோ எதுவும் எனக்கு எந்த விதமான உறுத்தலும் தரவே இல்லை. எனக்கு இந்த அம்சங்கள் மனசுக்குள்ளே நிறைவான விஷயமாக இருந்ததால் அந்த நட்பைத் தொடர்ந்தேன்.

முதல் நாலைந்து வருடத்தில ரொம்ப அதிகமாகவே எங்களுக்குள் கடிதப் போக்குவரத்து இருந்திருக்கிறது. அந்தக் காலகட்டத்தில் நான் பல தடவை திருநெல்வேலிக்குப் போயிருக்கிறேன். அவரும் பல தடவை இங்கு வந்திருக்கார். இப்படிப் பொதுவாகச் சொல்ல முடிகிறது. நாகர்கோவிலில் ஒரு பாரதி விழான்னு சொன்னால், விழா நடத்தகூடியவர்களுடன் எங்களுக்குத் தொடர்பு இருக்குமானால் ரகுநாதனை எப்படியும் வரவழைத்துவிடுவோம். கோட்டாரில் நடந்த பாரதி விழாவுக்கு அவரை அழைத்திருந்தோம். நானும் நம்பியும் கூட இருந்தோம். ஆனால் சந்தித்த எல்லாச் சந்தர்ப்பங்களையும் பற்றி

என்னால் தெளிவாகக் கூற முடியவில்லை. ஆனால் இந்தச் சந்தர்ப்பங்களில் அவர் என்னிடம் என்ன சொன்னார், நான் அவரிடம் என்ன பேசினேன் என்பதை என்னால் சொல்ல முடியும். திருநெல்வேலிக்கு நான் முதன்முதலாகப் போனதே ரகுநாதன்கூடத்தான். அது நன்றாக நினைவில் உள்ளது.

அப்போது நான் வாசகன்தான். தீவிரமான வாசகன். அவர் என்னைவிட்டுப் பிரியும் நேரத்தில் அவர்கூட இன்னும் கொஞ்ச நேரம் இருக்க வேண்டும் என்கிற ஆசைதான் அதற்குக் காரணம். அவர்கூடப் போவதற்கு எந்தக் காரணமும் இருக்கவில்லை. நான் கிளம்பவது தெரிந்தவுடனே எங்கள் அப்பா, "அங்க ஒரு துக்க வீட்டுக்கும் போயிட்டு வந்துடு" என்றார். அப்போது போவதற்கு ஒரு காரணமும் இருக்கிறது. பஸ்ஸில் போகிற சமயத்தில் ரகுநாதன் ஒரு இடத்தில் இறங்கினார். நானும் இறங்கினேன். அதுதான் திருநெல்வேலி என நினைத்துக்கொண்டேன். ஆனால் அது பாளையங்கோட்டை. போகிற வழியில் என்னென்ன பேசினோம் என்பதெல்லாம் நினைவில்லை. ஆனால் பஸ்ஸில் போனது போன்ற ஒரு சித்திரம் மட்டும் நினைவிருக்கிறது. அவர் ஒரு குறிக்கோளோடு போகிறார் என்கிற உணர்வு ஏற்பட்டது. அந்தக் காலகட்டத்தில் இண்டியன் காஃபி அவுசில் காஃபி சாப்பிடுவது பெருமையான, மகிழ்ச்சியான விஷயம். அது எல்லாருக்கும் எட்டாமல் இருந்த கால கட்டம். அங்கு கூட்டிப் போனார். இரண்டு பேரும் ப்ரட்டும் காப்பியும் சாப்பிட்டதாக ஞாபகம் இருக்கிறது. அங்கு நாங்கள் பிரிஞ்சோம். நான் போக வேண்டிய வீடு பாளையங்கோட்டையிலதான் இருந்தது. அவர் அனேகமாக டவுன் பஸ் ஏறி அவருடைய வீட்டிற்குப் போயிருப்பார்.

திருநெல்வேலிக்கு ரகுநாதன் கூடப் போகும்போது அவர் என் மனசில், என் பார்வைக்குள் அவ்வளவு புதிதாக இருந்தார்.

சின்னப் பதற்றம். கொஞ்சம் அவரைத் தெரியும். நிறைய அவரைப் பற்றித் தெரியாது அப்படிங்கிற நிலைமையில், ஒரு பிடிப்பே ஏற்படாத சமயத்தில் ஒரு உறவு இருக்குமே அப்படித்தான் எனக்கும் அவருக்குமான உறவு அப்போது இருந்தது. போகப் போக அவருடன் பல விஷயங்களைப் பேசிப் பல விஷயங்களைத் தெரிந்துகொண்டதற்குப் பிறகுதான் அவர் எந்தவிதமாக இயங்கக்கூடியவர் என்கிற உறுதி ஏற்படுகிறது. அப்போதுதான் பல விஷயங்கள் நாமும் அவரிடம் மனம்விட்டுப் பேச முடியும் என்ற நம்பிக்கை வந்தது.

அங்கு ஒரு மாடி இருந்தது. அங்கு கட்சி அனுதாபியான சேவியர் என்கிற தையல்காரர் இருந்தார். அந்த இடத்தில் ரகுநாதன், தி.க. சிவசங்கரன், பேராசிரியர் நா. வானமாமலை போன்றவர்கள் சந்திப்பார்கள். அண்ணாச்சி சண்முகம் பிள்ளையை மட்டும் அங்கு நான் பார்த்ததில்லை. அவர் கொஞ்சம் வயதானவராக இருந்ததால் வீட்டில் இருந்திருப்பார். மற்றபடி எல்லாரும் அங்கு வருவார்கள். நான் போவதாக ரகுநாதனுக்குக் கடிதாசி அனுப்பிவிட்டால், அவர் உறுப்பினர்களிடம் இந்த மாதிரி ராமசாமி வருகிறார் எனத் தெரியப்படுத்திவிடுவார். என்னைப் பார்க்க வேண்டும் என்பதற்காகக் கூட இரண்டு, மூன்று பேராவது கண்டிப்பாக வருவார்கள். ஜி. நாகராஜன் வந்திருக்கார். பாலதண்டாயுதம் அப்போது தலைமறைவாக இருந்த காலம். ‘பாலனை நீங்க பார்த்திருக்கீங்களா?’ என்று ரகுநாதன் கேட்டார். அவர் பின்னால் நாடாளுமன்ற உறுப்பினராக இருந்தார். ஒரு விமான விபத்தில் மரணமடைந்தார்.

பாலன் நாகர்கோவிலில் ஒரு கூட்டத்தில் பேசியிருக்கார். அந்தப் பேச்சைக் கேட்டிருக்கேன். அவருடைய பேச்சைக் கேட்க ரொம்ப வியப்பாக இருந்தது. அவர் ராத்திரி பத்து மணிக்குத்தான் வருவார், அரசியல் விஷயங்களிலெல்லாம் கலந்துகொள்ளக் கூடாது, வந்து பேசிவிட்டுச் சென்றுவிடுவார் எனச் சொன்னார்கள். அதேபோல அவர் பத்து பத்தரைக்கு வந்தார். அப்போ அதெல்லாம் நாவலில் வருவதுபோல் உணர்ச்சிகரமான சம்பவமாக இருந்தது.

பாலன் வந்தவுடனே அதே மாதிரி அமைதி உருவாகியது. பின்புறம் அறை மாதிரி ஒன்று இருந்தது. அங்கே இருக்கைகள் எல்லாம் மாற்றப்பட்டன. அவர் ரொம்ப அமைதியாக இருந்தார். அவர் பார்ப்பதற்கும் ஒரு புரட்சிகரமான இளைஞனின் தோற்றத்துடனும் உடல்வாகுடனும் இருந்தார். அவர் பேச ஆரம்பித்தார். சரளமாகப் பல விஷயங்களைப் பேசினார். அந்த நேரத்தில் இவர்கள் அதிகமாகக் குறுக்கிட்டுப் பேசாமல் அவர் பேசுவதை அமைதியாகக் கேட்டுக்கொண்டிருந்தார்கள். ஏனென்றால் அவர் திடீர்னு போய்விடுவார். அப்புறம் அவர் வாழ்க்கை என்ன ஆகிறதென்றே தெரியாது. ஒன்று ஒன்றரை மணி நேரம் அந்தப் பேச்சு நடந்தது.

ரகுநாதன் வீடு திருநெல்வேலி டவுனில் இருந்தது. பர்வதராஜ சிங்கத் தெரு. நாற்பத்தி ஒன்பதாம் நம்பர். அதே முகவரிக்குக் கடிதாசி போட்டுப்போட்டு அந்த முகவரி அத்துப்படி. அவர் வீட்டுக்குப் போகிற வழியும் அத்துப்படி. தெருவுக்குள் நுழைந்ததும் பத்து வீடு தாண்டி இடப்பக்கம் இவருடைய வீடு. போற

வழியில் எந்த விதமான பெண்கள் இருப்பாங்க, குழந்தைகள் இருப்பாங்க என்பதல்லாம் தெரியும்.

நானும் அவரும் அவர் வீட்டிற்கு நடந்து போனோம். ஏனென்றால் அதற்குப் பிறகு டவுன் பஸ் இல்லை. இந்த மாடிக்குப் பக்கத்தில் ஒரு சைவ ஓட்டல் இருந்தது. அங்குதான் நானும் அவரும் சாப்பிடுவோம். அங்கு இட்லி ரொம்ப நன்றாக இருக்கும். இந்தச் சூழலில் *சாந்தி* என்று பத்திரிகை ஆரம்பிக்க வேண்டுமென ஒரு விஷயம் உருவாகி வந்தது.

சாந்தி என்கிற பேர் அப்போது தீர்மானிக்கவில்லை. மாதப் பத்திரிகை ஒன்று கொண்டு வர வேண்டும் என ஆசைப்பட்டார். அதற்கான பொருளாதாரப் பலம் இருக்கிறமாதிரி என்னால் உணர முடியவில்லை. ஏற்கனவே அவருக்குப் பாகம் ஏதாவது கிடைத்து அந்தப் பணத்தை இதற்குள் போட நினைக்கிறாரா? ஒரு ஆளுடைய பத்திரிகையாகக் கொண்டு வரவேண்டாம் என நிறையத் தோழர்கள் சொன்னார்கள். ரகுநாதனுக்கு கட்டுப்பாடு இயற்கையாகவே பிடிக்காது. சுதந்திரமாகச் செயல்பட வேண்டுமென்று நினைக்கக்கூடியவர். ஆனால் கட்சிக்குள் போனதுக்குப் பின்னால் அவருக்கு அந்தச் சுதந்திரமெல்லாம் குறைந்தது என்றுதான் நினைக்கிறேன். எழுத்தாளனுக்கு அவசியமான சுதந்திரத்தையெல்லாம் இயக்கத்துக்குள் இழந்துட்டார் என்பதுதான் என் எண்ணம். ஆனால் அவருக்குக் கட்சி இயக்கத்தோடு சேர்ந்து வேலை செய்யனும் என்கிற முடிவு மனசில் இருந்தது. தமிழ்நாட்டிலுள்ள பல எழுத்தாளர்களுக்கும் வாசகர்களுக்கும் அவரைப் பற்றித் தெரியும்.

இன்னன்ன எழுத்தாளர்களிடம் கவிதை அல்லது கட்டுரை வாங்க வேண்டுமென்கிறதைப் பற்றி அவருக்கு ஒரு பார்வை இருந்தது. யார் யார் அவ்வப்போது எழுதுவார்கள், யார் யார் தொடர்ந்து எழுதுவார்கள் என்கிற விஷயமும், கட்சி சம்பந்தப்பட்ட இளம் எழுத்தாளர்களில் யார் யாரிடம் பங்களிக்கச் சொல்லலாம் என்பதைப் பற்றியெல்லாம் அவருக்குத் தெளிவு இருந்தது.

ஆனால் கட்சிக்குள் அந்தக் காலகட்டத்தில் ரகுநாதனின் செல்வாக்கு ரொம்ப பலவீனமாக இருந்தது. ஒரு தோழர் ஒரு திட்டத்தைக் கட்சிக்குள் சொன்னவுடனே அதற்கு ரொம்ப அளவு முக்கியத்துவம் வரும். எல்லாரும் ஒத்துழைப்பு கொடுப்பார்கள். எல்லோரும் உயர்வாகப் பேசுவார்கள். ஆனால் அப்படிப்பட்ட விஷயங்கள் அந்த விஷயத்தில் நடக்கவில்லை. அதிலுள்ள சிறு பகுதி ஆட்கள்தான் ஆர்வமாக இருந்தார்கள்.

இது முற்போக்குப் பத்திரிகைதான், இதை ஊக்குவிக்க வேண்டியதுதான் அப்படிங்கிற எண்ணத்தோடு இருந்தார்கள் என்பது தெளிவாகத் தெரிந்தது. சில உதவிகளும் அவருக்குக் கிடைத்திருக்கும். வாசகர்களையெல்லாம் படிக்க வேண்டும் எனக் கேட்டிருந்திருப்பார்கள். தமிழ்நாடு முழுக்க இந்த விஷயம் பரவியிருக்கும். ஆனா ஒரு சில எழுத்தாளர்கள்தான் அவரோடு நெருக்கமான தொடர்பு வைத்திருந்தார்கள்.

ஆனால் தி.க. சிவசங்கரன், வானமாமலை, செல்வராஜ், நான் இந்த மாதிரி பத்துப் பன்னிரண்டு பேர்கள்தான் அவரிடம் நெருக்கமாக இருந்தோம். அந்த மாதிரி சமயத்தில்கூட அவர்களுக்கும் கட்சித் தோழர்களாக இருக்கிற எழுத்தாளர்களுக்கும் இடையில் ஒரு இடைவெளியை உணர்ந்துகொண்டே இருந்தேன். அப்போது ரகுநாதன் பேரில் அவர்களுக்கு விமர்சனம் இருக்கிறது. முழுதாக ஏற்றுக்கொள்ளாத ஒரு மனநிலை ரகுநாதன்மேல் இருக்கிறது அப்படிங்கிற எண்ணம் எனக்கிருந்தது. இதெல்லாம் திட்டவட்டமாகச் சொல்ல முடியவில்லை. நாளைக்கு ஒரு கதை கொடுங்கள் என்றால் சரி எழுதித் தருகிறேன் என்கிறதோடு சரி. ஈடுபாடு அவர்கள் யாருக்குமே இல்லை. அதற்கு ரகுநாதனுடைய குணமும் ஒரு காரணம். வேறு விஷயங்களும் காரணமாக இருக்கலாம். ரகுநாதன் கண்டிப்பாக இருக்கிறார் என்றோ, நம் வழிக்கு வரமாட்டார் என்றோ சில விமர்சனங்களும் இருக்கலாம். ஆனால் எனக்கும் நம்பிக்கும் ரகுநாதனுடன் எந்தவிதமான இடைவெளியும் இல்லை. பரிபூர்ணமாக அவரையும் பத்திரிகையையும் ஏற்றுக்கொண்டோம். இந்த விதமான அரசியல் விஷயங்கள் ஒன்றும் தெரியாததால் ஒத்துழைக்கக்கூடிய ஒரு ஐந்தாறு பேர் அந்தக் கால கட்டத்தில் இருந்தோம். சாந்தி முதல் இதழ் வருவதற்கு முன்னாலேயே ரகுநாதன் 'புதுமைப்பித்தன் சிறுகதை போட்டி' நடத்தினார். இந்த மாதிரி ஒவ்வொரு வருஷமும் புதுமைப்பித்தன் நினைவு நாளுக்கும் பாரதி நினைவு நாளுக்கும் நடத்துவார்.

பாரதி கூட்டத்திற்கு என்னை அழைத்திருந்தார். பாளையங்கோட்டையிலுள்ள ஒரு மண்டபத்துக்கு நாங்கள் பத்துப் பன்னிரண்டு பேர் ஒன்றாக பஸ்ஸில் போனது ஞாபகமிருக்கு. வக்கீல் வானமாமலை, பேராசிரியர் வானமாமலை, ரகுநாதன், நான் எல்லாருமே போனோம். பஸ் படிக்கட்டிலிருந்து வக்கீல் வானமாமலையோ பேராசிரியரோ யாருன்னு சரியாக ஞாபகம் இல்லை, "அவங்க அவங்க டிக்கட்ட அவங்கவங்களே எடுத்துக்கணும்" என்று ஆங்கிலத்தில் சொன்னார். எல்லா காம்ரேட்களும் சொல்லக்கூடிய செய்தி. இந்த மாதிரி விஷயங்கள் வர சமயத்தில் அவங்க சர்வசாதாரணமாக ஆங்கிலத்தில்தான்

பேசுவார்கள். தமிழில் பேச வேண்டும் என்பது கிடையாது. திடீர்னு அவங்களுக்குள்ள ஒரு இங்கிலீஷ் வந்துவிடும். அப்படித்தான் கட்சியுடைய கலாசாரம் அந்தக் காலகட்டத்தில் இருந்திருக்கிறது. அவர் முடிவெடுத்துச் சொல்கிறார், உடனே எல்லோரும் பின்பற்றுகிறார்கள். ரகுநாதன்கூட எனக்கு டிக்கெட் வாங்கவில்லை. வழக்கமாக ரகுநாதன்தான் எனக்கும் சேர்த்து வங்குவர். எல்லோரும் டிக்கட் வாங்கினோம். கூட்டத்தில் பாரதி பற்றிப் பேசினேன்.

புதுமைப்பித்தன் கூட்டத்துக்குப் பிறகு என்பதால் நான் பேசுவேன் என்பது உறுதிபட்டுவிட்டது. திருநெல்வேலியிலேயே ரகுநாதன் அழைத்துப் பல கூட்டங்களில் பேசியிருக்கிறேன். ரகுநாதனும் நானும் காரைக்குடி கம்பன் விழாவுக்குப் போயிருக்கிறோம். அது பற்றிப் பின்னால் சொல்கிறேன்.

நாங்கள் அதற்கு முழுமனசோடு ஒத்துழைத்தோம். அதற்கு முன்னால் ஒவ்வொரு வருஷமும் புதுமைப்பித்தன் நாளையும் பாரதி நாளையும் கொண்டாடுவதற்கான முயற்சியைத் தொடர்ந்து செய்துகொண்டிருக்கிற சமயத்தில் ஒரு தடவை புதுமைப்பித்தன் சார்பாக ஒரு கதைப்போட்டி வச்சார். எப்படி, யாருடைய உதவி மூலம் ஏற்பாடு செய்திருக்கிறார் என்பதெல்லாம் தெரியாது. எனக்கு ஒரு கடிதாசி எழுதினார். அப்போது ரகுநாதனுக்கும் அந்த எண்ணம் இருந்தது எங்களுக்கும் அந்த எண்ணம் இருந்தது. யாரைப் பார்த்தாலும் கதை எழுதச் சொல்லலாம். யாருமே எழுத முடியும் அப்படிங்கிற எண்ணம்தான் இருந்தது. அதில் ஆர்வமும் ஈடுபாடும் உள்ளவர்கள்தான் எழுதுவதற்கான முயற்சியை மேற்கொள்வார்கள் என்பதிலெல்லாம் தெளிவான பார்வையில்லை.

நாஞ்சில்நாட்டிலிருந்து சிறுகதைகளைத் திரட்டி அனுப்புங்கள் என்று எனக்கு எழுதினார். இங்கிருந்து நூறு கதைகளை எதிர்பார்க்கிறார் எனத் தோணும். நான் என்ன செய்தேன் என்றால் யார் யாரையெல்லாம் சந்திக்கிறேனோ அவர்களிடமெல்லாம் கதை எழுதிக் கொடுங்கள் எனக் கேட்பேன். அவங்களுக்குச் சிரிப்பாக இருந்தது. இந்த ஆள் ஏன் நம்ம கிட்ட கதை கேக்கறான்னு.

ஒரு வேடிக்கையான விஷயம் ஞாபகத்துக்கு வருது. டி.கே. சண்முகத்தின் மூத்த அண்ணன் எங்களூரிலிருந்தார். ஏதாவது கூட்டத்துக்குப் போய் நன்கொடை கேட்டால் இரண்டு ரூபாய் கொடுப்பார். அப்படிப்பட்ட பட்டியல் இங்கிருந்தது. நாம் கேட்டோம் என்கிறதால் இரண்டு ரூபாயோ மூன்று ரூபாயோ கொடுப்பார்கள். அதிகபட்சம் ஐந்து ரூபாய். இந்தப் பட்டியலை

வசூல் பண்ணி அவங்க கிட்ட கொடுக்கிற சமயத்தில, அவர் வழக்கமா ஐந்து ரூபாய் தருவாரே நீ ஏன் மூன்று ரூபாய் வாங்கி வந்துட்டே என்பார்கள். ஏனென்றால் ஐந்து ரூபாய் லிஸ்ட்டிலும் அவர் பேர் இருக்கிறது. இது மாதிரி இரண்டு ரூபாய் லிஸ்ட்டிலும் சண்முகத்தின் பேர் இருக்கிறது. அவரிடம் இதற்கு முன்னால் சங்கத்துக்கு இரண்டு ரூபாய் நன்கொடை வாங்கியிருக்கிறோம், இப்போது விட்டுவிடுவோம் என்றெல்லாம் இருபத்தைந்து ரூபாய் வசூலிக்க அந்தக் கட்சிக்குள் ஒரு மணி நேரம் விவாதம் நடக்கும். யார் யார் கிட்ட போகணும். யார் போகணும் என்றெல்லாம். மொத்தம் இருபத்தைந்து ரூபாய்தான். ஆனா இந்த இருபத்தைந்து ரூபாய் வைத்து நன்றாகவே கூட்டம் நடத்திவிடலாம்.

அவரிடம் இதற்கு முன்னால் *சாந்தி* சந்தாவுக்காக வசூல் பண்ணியிருக்கிறேன். *சாந்தி* பற்றிய அபிப்ராயங்களைத் திரட்டி அனுப்புங்கள் என ரகுநாதன் சொல்வார். அந்த வாசகர்களெல்லாம் தேடிப்போய் அவர்களுடைய அபிப்ராயங்களைத் திரட்டி அனுப்பியிருக்கேன். டி.கே. சண்முகத்தின் அண்ணாவிடம் சிறுகதை கேட்டேன். அவருக்கு அப்போது அறுபத்தைந்து வயசு இருக்கும். வாழ்நாள் முழுக்க நடிகராக இருந்தவர். "இதுவரை யாருமே இலக்கியரீதியாக ஒரு விஷயத்தைச் சொன்னதே இல்லை. இது வேடிக்கையாக இருக்கிறதே. நான் எப்படி எழுத முடியும்?" எனக் கேட்டார். "உங்களுக்கு எவ்வளவோ அனுபவம் இருக்கு. நீண்ட காலம் நாடகத்தில நடிச்சிருக்கீங்க. இந்த ஊரிலேயே ரொம்ப வருஷமா இருக்கீங்க. நிறைய நண்பர்கள் இருக்காங்க இவ்வளவு விஷயம் இருக்கும்போது சிறுகதை எழுதுவது பெரிய விஷயமா?" என்றேன். முயற்சி பண்ணிப் பாருங்களேன் என்று சொன்னதும் அவருக்குச் சந்தோஷம் தாங்கவில்லை. ஆனால் அவருக்குச் சிறுகதை எழுத முடியவில்லை. யாரை யாரையெல்லாம் பார்த்துச் சிறுகதை கேட்டேன் என்பதற்கு உதாரணமாக இதைச் சொல்கிறேன்.

அப்போது எனக்குக் கல்யாணம் ஆகவில்லை. எனக்கு இருபத்து மூணு வயசிலேயே கல்யாணம் ஆயாச்சு. கல்யாணத்துக்கு முன்புதான் இந்த விஷயம் நடக்கிறது. கல்யாணத்துக்குத் தோழர்களெல்லாம் வந்தது ஞாபகமிருக்கிறது. இருபத்திரண்டு வயசு இருக்கும். ஐந்தாறு கதைகள் திரட்டி அனுப்பினேன்.

நம்பியை வற்புறுத்திய பின், ஒரு கதை எழுதினான். அவன் அந்தக் காலத்தில் எழுதின ஒரு போஸ்ட் மார்டனிஸ்ட். இந்தக் காலத்தில் அதற்கு ஒரு *validity*கூட இருக்கலாம். வித்தியாசமான

கதையாகச் சொல்லலாம். "எனக்கு இந்தக் கதை பிடிக்கல நீ வேணா அனுப்பு" என நம்பியிடம் சொன்னேன். "நா அனுப்புறேன்" எனச் சொன்னான். அந்தக் கதை எனக்குச் சுத்தமாகப் புரியவில்லை.

என் ஆரம்பகாலக் கதைகளும் அவனுக்குப் புரியவில்லை. ஏனென்றால் வழக்கமாக ஆனந்த விகடன், கல்கியில் வந்த கதைகளைப் படித்து மனசுக்குள்ளே அந்த அபிப்பிராயங்களை உருவாக்கியிருந்ததால் அவனால் இந்தக் கதைகளைப் படிக்க முடியவில்லை. ஆனால் இது நேரடியான கதைதான். அவன் மனசுக்குள்ள வரக்கூடிய எண்ணங்களை அப்படியே எழுதிக்கொண்டே போயிருக்கிறான். அதில் சிறுகதையின் வடிவம் இல்லை என நினைத்தேன். இன்னைக்கு எப்படியோ தெரியவில்லை. ரகுநாதன் பேரில் எங்களுக்கு இருக்கிற ஆர்வம் காரணமாக எங்களுடைய கதையை மட்டுமே அனுப்பக் கூச்சமாக இருந்தது. கூட நான்கு கதை இருந்தால் சேர்த்து அனுப்பலாம் என்கிற மாதிரி இருந்தது எங்கள் எண்ணம். நான் தீர்மானம் பண்ணினேன் ரகுநாதன் ஏற்பாடு செய்த போட்டியில் நான் கலந்துக் கூடாது என்று பின் வாங்கினேன். அதெல்லாம் அறம் பற்றின ரொம்ப உயர்வான சிந்தனைகள். காந்தியவாதி அளவு நாம் இருக்கிறோம் எனக் கற்பனை செய்து கொள்வதிலுள்ள மனோபாவம் அது. ரகுநாதன் என் கதையை எதிர்பார்த்துக்கொண்டே இருந்திருக்கிறார். மற்ற கதையெல்லாம் அனுப்பினேன். என் கதையை அனுப்பவில்லை.

"ஏன் உங்கள் கதையை அனுப்பவில்லை. அனுப்பக் கூடாது என்று விதி முறை ஏதும் இருக்கா?" என்று கிண்டலாக எழுதியிருந்தார். என் கதையை அனுப்ப வேண்டாமென்று நினைத்திருக்கிறேன் எனச் சொல்லக் கூச்சமாக இருந்தது. தொடர்ந்து அவரிடமிருந்து கடிதம் வந்தவுடனே 'தண்ணீர்' கதையை எழுதி அனுப்பினேன். தேர்வுக் குழுவில் தி.க. சிவசங்கரன் போன்றவர்கள் இருந்திருக்கலாம்.

சிவசங்கரன், ரகுநாதன் இரண்டு பேருமே பெரியவர்கள்தான். ரகுநாதன் பிறந்தது 1923இல். சிவசங்கரனுக்கும் கிட்டதட்ட அதே வயது இருக்கும்

அந்தக் காலத்தில் அதிக எழுத்தாளர்கள் இல்லையே. இலக்கியத்தில ஈடுபாடுள்ளவர்கள் ரகுநாதன், தி.க.சி., ஜி. நாகராஜன். ஜி. நாகராஜனுக்கு அந்த மாதிரியான அந்தஸ்து வரவில்லை. அவர் மாணவத் தலைவராகத்தான் அப்போது

இருந்தார். வேறு யாராவது நடுவராக இருந்திருக்கலாம். அவர்கள் ‘தண்ணீர்’ கதையைத் தேர்வுசெய்தார்கள்.

அதை ஒரு குறிப்பிட்ட நாளில்தானே தெரியப்படுத்துவார்கள். அதைத் தெரியப்படுத்தும் கூட்டத்துக்கு என்னைக் கூப்பிட்டார்கள். பரிசு கொடுப்பதை ரகசியமாக வைத்துக்கொள்ள வேண்டும் என்பது அவங்களுக்கு ஆர்வமாக இருந்தது. எப்படியோ இந்த மாதிரி விஷயங்கள் கசியுமே. அப்படிக் கசிந்து, ஒருத்தர் வந்து என்னிடம் சொல்லிவிட்டார். “நான் சொன்னேன் என யார்கிட்டேயும் சொல்லிடாதேங்கோ. கூட்டத்துக்கு முன்னலேயே தெரிந்தா உங்களுக்குச் சந்தோஷமாக இருக்குமேனு சொன்னேன்” அப்படின்னார். ரகுநாதன், சிவசங்கரனெல்லாம் இறுக்கமாக இருந்தார்கள். பரிசு கொடுப்பது டி.கே. சண்முகம். டி.கே. சண்முகத்துக்கும் ரகுநாதனுக்கும் அந்தரங்கமான தொடர்பு இருந்ததென நினைக்கிறேன்.

ஒரு தடவை டி.கே. சண்முகம் திருநெல்வேலிக்கு வந்திருக்கிற சமயத்தில் தே.ப. பெருமாளுக்குக் கடிதாசி போட்டிருந்தார். திருநெல்வேலிக்கு வந்து நாடகம் போட்டுவிட்டு இங்கிருந்தே சென்னை போகிறேன். நீங்கள் இங்கு வந்து என்னைப் பாருங்கள் என எழுதியிருக்கிறார். நான் அந்தச் செய்தியைச் சேகரிப்பதற்காகப் பெருமாளைப் பார்க்கப் போயிருந்த பொழுது, அவர் திருநெல்வேலியில் டி.கே. சண்முகத்தைப் பார்த்தேன்; அன்பாகப் பேசிக்கொண்டிருந்தார். நான் வெளியில் வரும் சமயத்தில் ரகுநாதன் சண்முகத்தைப் பார்க்க உள்ளே செல்வதைப் பார்த்தேன் என்று சொன்னார். அப்போது ரகுநாதன் டி.கே. சண்முகத்தின் நண்பர் என்கிற அதிகப்படியான ஒரு செய்தி கிடைத்தது.

சண்முகத்தைப் பார்த்துத்தான் அந்தப் பரிசு தொகைக்கு ரகுநாதன் ஏற்பாடு செய்திருக்கார். அவரே வந்து எனக்குப் பரிசு தருவதாக ஏற்பாடாயிருக்கிறது. அந்தக் கூட்டத்தில் சண்முகம் பேசினார். நானும் இரண்டு மூன்று வார்த்தை பேசினேன். எனக்குப் பரிசு தரப்பட்டது. அந்தப் பரிசைப் பாராட்டி இரண்டு மூன்று பேர் பேசினார்கள். அந்தக் காலத்தில் அவர்களெல்லாம் அளந்துதான் பேசுவார்கள். ரகுநாதனாகட்டும் சிவசங்கரனாகட்டும் வார்த்தைகளை அள்ளிவிடமாட்டார்கள். கம்யூனிஸ்ட் கட்சியிலேயே அப்படி மரபு இருந்தது. பின்னால்தான் பாராட்டித் தூக்கிப் பேசுவதெல்லாம் வந்தது. இரண்டு நாட்கள் ரகுநாதன்கூடத் தங்கிவிட்டு வந்தேன்.

இப்போது *சாந்தி* பத்திரிகை உருவானது. அதன் வளர்ச்சி பற்றி என்னுடைய ஞாபகங்களைச் சொல்கிறேன். *சாந்தி* முதல்

இதழ் உருவான நேரத்தில் அதில் என்னுடைய 'தண்ணீர்' கதை வருவது முன்னாலேயே தெரியும். ரகுநாதன் அதுபற்றி எழுதியிருந்தார். பேராசிரியர் வானமாமலையிடம் நீங்கள் ஏதாவது எழுதி கொடுங்கள் எனச் சொல்வார். அவருக்கு அறிவியல் ஆர்வம் இருந்தது. அவர் எல்லா இதழ்களிலும் அறிவியல் சம்பந்தமான கட்டுரைகள் எழுதி வந்தார். சிவசங்கரனுடைய மதிப்புரை சினிமா பற்றியோ, புத்தகங்கள் பற்றியோ வரும். நான் என்னுடைய கதைகளைத் தொடர்ந்து அனுப்பிக்கொண்டிருந்தேன். ஒரு இதழ் விட்டு அடுத்த இதழில் பிரசுரிப்பர். நம்பியின் கதைகளும் வந்தன. முதல் இதழில் பங்களித்தவர்களின் பட்டியலைப் பின்னால் கொடுத்து, அவர்கள் பற்றிய குறிப்பும் கொடுத்திருந்தார் ரகுநாதன். ஒரு வரிதான் குறிப்பிட்டிருந்தார். அதில் என்னைப் பற்றிக் குறிப்பு வந்தது. நம்பி பற்றியும் வந்தது. அதெல்லாம் எனக்குப் புதுமையாக இருக்கும். அந்த மாதிரி விஷயங்களெல்லாம் வேறு பத்திரிகைகளில் பார்த்ததில்லை. அவருக்கு வேறெதோ யோசனை மனசில் இருக்கு. வேறெதோ பத்திரிகைகளையும் முன்மாதிரியாக வைத்திருந்தார். தமிழ்ஒளியின் கவிதை வாங்கிப் போட்டிருந்தார். அவருடைய கவிதை பற்றி நல்ல அபிப்பிராயம் இருந்திருக்கலாம். சென்னையில் நேர்ப் பழக்கமும் ஏற்பட்டிருக்கலாம். சென்னையின் பல அனுபவங்களை ரகுநாதன் என்னிடம் சொல்லியிருக்கார். ரகுநாதனின் சென்னை அனுபவங்கள் என்று அடிப்படையில் சொல்லலாம்.

இதழில் அவரைப் பற்றி எழுதிய குறிப்பில் தமிழ்ஒளி ஒரு இளம் கவிஞர் அப்படின்னு அவர் எழுதியிருந்தார். அதுக்குத் தமிழ்ஒளியிடமிருந்து ரொம்பக் காரசாரமான கடிதம் வந்தது. என்னுடைய வாழ்க்கையில் எழுத்தாளர்களின் எதிர்வினை, கூட்டத்தில் எனக்கு உரிய பெருமை கொடுக்கப்படவில்லை என்று ஒருவருக்கொருவர் கோபமாகவோ சண்டையாகவோ ஆயிரக்கணக்கான கடிதாசிகள் பரிமாறப்பட்டிருக்கின்றன. ஆனால் எனக்கு எழுத்தாளர்கள் பற்றிய கனவு அந்த மாதிரி இல்லை. எழுத்தாளன் என்றால் சாதாரண உணர்ச்சிகளுக்கெல்லாம் மேம்பட்டவன். அற்பத்தனங்களெல்லாம் அவன் காட்டவே கூடாது. வேண்டுமென்றால் விளக்கங்கள் கேட்டிருக்கலாம் கோபப்படுவதற்கான அவசியமே கிடையாது.

இவர் முதன்முதலாகப் பத்திரிகை ஆரம்பித்து முதல் இதழைக் கொண்டுவந்திருக்கார். இந்த மாதிரியாக யோசிக்கவேண்டிய காலகட்டத்தில அந்தக் கடிதாசி வந்திருக்கிறது. ரகுநாதன் அவருடைய பிரச்சினைகளை யாரிடமும் பகிர்ந்துகொள்வதில்லை என்பதும், என்னிடம் மட்டும்தான் பகிர்ந்துகொள்கிறார்

என்பதும் எனக்கு உறுதியாகத் தெரிந்தது. இயற்கையாகவே அவருக்குப் பகிர்ந்துகொள்கிற குணம் குறைவுதான். ஒரு சில வார்த்தைகளில்தான் பகிர்ந்துகொள்ளவும் செய்வர்.

அன்று அந்தக் கடிதாசையைப் படித்துக் காட்டினார். ஏனென்றால் *சாந்தி* பத்திரிகை வந்து பதினைந்து இருபது நாட்களுக்குப் பிறகுதான் அதனுடைய விற்பனை போன்ற விஷயங்களெல்லாம் தெரியும். அதையொட்டிச் *சாந்தி* பத்திரிகை எப்படியிருக்கிறது, மற்ற விஷயங்களெல்லாம் எப்படி இருக்கிறது எனத் தெரிந்துகொள்வதற்காகப் போவேன். அப்படிப் போகிற சமயத்தில் பல தடவை நம்பி வந்திருக்கான். வராமலும் இருந்திருக்கான். நம்பிக்கு இவர்களின் பேரில் மரியாதையும் நெருக்கமும் இருந்தாலும்கூட அவனுக்கு தி. ஜானகி ராமன், க.நா.சு, மௌனி இவர்களின் பேரில் இருந்த மானசீகமான உறவு இவர்களிடம் உருவாகவில்லை. பின்னால் முற்போக்கு எழுத்தாளராகத்தான் கருதப்படுகிறான். அந்தத் தன்மை அவனிடம் உள்ளதுதான். ஆனால் முற்போக்கு இலக்கியத்திற்கு வெளியில் ஒரு இலக்கியம் இருக்கிறதே அதுபற்றி அவனுக்கு ஆர்வமும் அக்கறையும் இருந்தது. தன் மனசுக்கு உவப்பாக இருப்பதை நினைத்தான். அந்த வித்தியாசம் அவனிடமிருந்து வெளிப்படும். அப்படித்தான் அவர்களும் நம்பியை அடையாளப்படுத்தி வைத்திருந்தார்கள்.

தமிழ்ஒளியின் கடிதாசைப் படித்துக் காண்பித்தார். எனக்கு அப்போது அந்த மாதிரியான மொழியே பழக்கமாகவில்லை. அதாவது ரொம்பக் காரமான மொழியில் திட்டுகிறார். அந்த வார்த்தையெல்லாம் எனக்கு ஞாபகம் இல்லை. இப்படி ஒரு எழுத்தாளர் இன்னொரு எழுத்தாளருக்குக் கடிதாசி எழுத முடியுமா என்பது ஆச்சரியமாக இருந்தது. 'ஏன் இப்படி வருத்தப்படுகிறார்?' என்று கேட்டேன். இளங்கவி என்று போட்டதைத் தன் அந்தஸ்துக்குக் குறைவு என நினைத்துவிட்டார். நான் வயதில் குறைந்த கவிஞர் என்கிற நினைப்பில்தான் சொன்னேன் என்றார் ரகுநாதன். அதைக்கூட விரிவாகச் சொல்லமாட்டார். தன் பக்கத்தில் ரொம்ப நியாயம் இருக்கிறது. அவர் பக்கத்தில் தப்பு இருக்கிறது என்றெல்லாம் சொல்லமாட்டார். வாதாடறதெல்லாமே புத்தகங்களிலும் கூட்டத்திலும்தான். தனிப் பேச்சில் இந்த வாதாடறது என்கிற விஷயமே கிடையாது. அப்போது அவர் மனசு புண்பட்டிருக்கும்னு நினைத்தேன். ஆனால் பார்த்தவுடனே ஓரளவுக்குத் தைரியமாக இருக்கார் என்கிற எண்ணம் வந்தது. பின்னால் பல சந்தர்ப்பங்களில் எனக்கு அவர் இருந்த முறை ஞாபகத்துக்கு வரும். அவர்

எப்படி இருந்தார் என்பது ஞாபகத்துக்கு வந்து அந்த மாதிரி என்னுடைய இயற்கையை வளர்த்துக்கொள்ள வேண்டிய கட்டாயம் தமிழ்ச் சூழலில் இருக்கிறது என்பதும் தோன்றும்.

க.நா.சுவோடு விஷயம் அப்படியே வேறுவிதமாக இருக்கும். க.நா.சுவைத் திட்டி வந்த கடிதாசியை நான் பார்த்திருக்கேன். அவர்கள் பெயரையெல்லாம் சொல்வதைவிடக் க.நா.சு. அதை வாங்கிக்கற முறையைச் சொல்ல வேண்டும். உள்ளூர என்ன நினைக்கிறார் எனத் தெரியாது. க.நா.சு அந்த நிமிஷத்தில் மறந்துபோன மாதிரித்தான் இருப்பர். அதைப் பற்றி ஒரு வார்த்தை சொல்ல மாட்டார். எப்பவுமே அதைப் பற்றி ஒரு வார்த்தை சொல்லமாட்டார். நான் பல சமயங்களில் என்னுடைய இயற்கை காரணமாகப் பல பேரிடம் சொல்லியிருக்கேன். ஒவ்வொரு சமயத்திலும் இவர்கள் எடுத்துக்கொண்ட முறை, அது என்னைப் பாதித்த விதம் எனக்கு அது ரொம்ப உதவியாக இருந்திருக்கிறது. அதில் முதல் சம்பவம் தமிழ்ஒளியின் கடிதாசி. 'அதுக்கு நீங்க பதில் போட்டீங்களா?' என்று ரகுநாதனிடம் கேட்டேன். பதில் போடவில்லை அப்படின்னு சொன்னார். தமிழ்ஒளிக்கு இணையாக இவராலும் பதில் போட முடியும். பத்திரிகை ஆசிரியர் என்கிற முறையில் அதைச் செய்ய வேண்டாமென்று நினைத்தாரோ என்னவோ பதில் போடவில்லை. *சாந்தி* பத்திரிகை நிற்பது வரையிலும் தமிழ்ஒளியின் கவிதையைச் *சாந்தி*யில் நான் படித்ததேயில்லை. வேறு பத்திரிகைகளில் எழுதியிருந்தார். வெவ்வேறு விதமான சின்னச் சின்ன விமர்சனங்களை அவர் எப்பவுமே எதிர்கொண்டிருக்கிறார்.

கட்சித் தோழர்கள் சம்பந்தமான விமர்சனங்களைக் கட்சிக் கூட்டத்தில் சொல்வார்களேயொழிய வெளியே சொல்லவே மாட்டார்கள். இது அவர்கள் கட்டுப்பாடுகளில் ஒன்றாக இருந்தது. இருந்தாலும் சில விஷயங்களை உணர முடியும். ரகுநாதன் சில விஷயங்களை உணர்கிறார். என்னிடம் பகிர்ந்திருக்கிறார். ஆனால் நான் மொத்தமாகப் புரிந்துகொண்டது தமிழகத்தில் அந்தப் பத்திரிகைக்கு வரவேற்பு இல்லை. அவருக்குப் பின்னால் நிற்கக்கூடிய *சக்தி* ஒண்ணுமேயில்லை. சோர்வான மனோநிலையில்தான் பத்திரிகையை நடத்த வேண்டியிருந்தது. அவருக்குச் சந்தோஷமான காரியங்கள் நடப்பதென்பது குறைவான விஷயம். முதல்லில் ஏஜன்ஸியைச் சரியாக அமைக்க முடியவில்லை. அது ரொம்ப இயற்கை. இந்தப் பத்திரிகைக்கு ஏஜன்ஸி கிடைப்பது கஷ்டந்தான். அந்தப் பத்திரிகை விற்கக்கூடிய பணத்தைகூட அவங்க சரிவர அனுப்பவில்லை. அங்கங்கு

இருக்கிற தோழர்கள் மூலமாகத்தான் பத்திரிகையை விற்க வேண்டியிருக்கிறது. சந்தா வருமென்று எதிர்பார்த்தார். சந்தா வரவே இல்லை. அது அவருக்கு ஏமாற்றமாக இருந்தது.

அவருக்கு மகிழ்ச்சி தந்த விஷயம் என்னவென்று பார்த்தால் சில இளம் எழுத்தாளர்கள் பத்திரிகைக்குள் வந்தார்கள். அவர்கள் நன்றாக எழுதினார்கள். அவர்களுக்கு வாசகர்கள் உருவானார்கள். அவர் எழுதவே இல்லை. பத்திரிகை பதிப்பிக்கும் பொறுப்பால் எழுத நேரம் கிடைக்காமலாகிவிட்டது. ஜெயகாந்தன் கதை சாந்தியில் வந்தது.

இந்த மாதிரியான தொடர்புகள் அவருக்கு மகிழ்ச்சியைத் தந்த தொடர்புகள். தமிழ்ஒளி மாதிரியே வேறும் நிறையக் கசப்புகள் இருந்திருக்கும். சிலதெல்லாம் என்னிடம் பகிர்ந்துகொண்டிருக்க மாட்டார். முக்கியமாகக் கட்சி தோழர்கள் சம்பந்தப்பட்ட விமர்சனங்களையோ இடைவெளிகளையோ என்னிடம் பகிர்ந்துகொண்டிருக்க மாட்டார். மிகுந்த சந்தோஷத்தைக் கொடுத்த விஷயம் தி. ஜானகிராமனிடமிருந்து அவருக்கு வந்த கடிதாசி. அவர் பேரில் இவருக்கு மரியாதை உண்டு என்பது எனக்குத் தெரியாது. அவர் வேறுவிதமான நம்பிக்கை உள்ளவர். இவர்கள் இடதுசாரி எழுத்தாளர்கள். அப்படி என்றால் அவர்கள் எழுத்து பேரில் எவ்வளவு ஈடுபாடு இருக்கும்? அப்படிங்கிறதப் பற்றியெல்லாம் எனக்கு மனதுக்குள்ள சில கணிப்புகள் இருந்தன. ஆனால் தி. ஜானகிராமன் கடிதம் வந்த உடனே ரொம்ப மகிழ்ச்சி அடைந்தார். அதை எனக்குப் படித்துக் காட்டினார்.

இதேபோல் அவ்வப்போது மணிகொடிக்காரர்களிடமிருந்தோ வேறு கடிதாசிகளோ வந்தால் அவை அவருக்கு ஆறுதல் தரக்கூடியதாக இருந்தது. ஆனால் பத்திரிகையை மேலெடுத்துச் செல்வதற்கான வரவேற்பு இல்லவே இல்லை.

அப்புறம் ஆண்டு மலர் கொண்டுவந்தார். மலர் மிகவும் நன்றாக வந்திருந்தது. அப்போதே அவர் முழுநேர எழுத்தாளர்தான். எனவே பண வசதி இல்லை.

சொத்தின் பாகத்திலிருந்து பணம் கிடைத்திருக்கலாம். சாதாரணமாக ஆபீசில் வேலை பார்ப்பது மாதிரியான வேலைகள் செய்வதில் அவருக்கு விருப்பமில்லை. பின்னால் அவருக்குக் குழந்தைகள் பிறந்தன. அவர்கள் படிப்பு போன்ற செலவுகள் இருந்ததால்தான் *சோவியத் நாடு* பத்திரிகைக்கு வேலைக்குப் போனார். வேறு பத்திரிகையில் ஆசிரியராக வேலை செய்வதை அவர்கள் விரும்பவும் மாட்டார்கள். இவருக்கும்

அது சரிப்பட்டு வராது. சோவியத் நாடுதான் குறைந்தபட்சம் தன் நம்பிக்கை சார்ந்து இயங்கக்கூடிய பத்திரிகை அப்படின்னு சொல்லிச் சேர்ந்திருக்கலாம்.

பொருளாதார நிலை ஓரளவுக்கு நன்றாக இருந்திருக்குமானால் இந்த மாதிரி வேலைகளுக்குச் செல்லக்கூடியவரல்ல. தன்னுடைய சுதந்திரத்தை ரொம்ப அளவுக்குத் தக்கவைத்துக்கொள்ள வேண்டும். தன் எழுத்திலிருந்து தனக்கு வருமானம் வர வேண்டும். எழுத்தாளன் தன்னுடைய கௌரவத்தை விட்டுக் கொடுக்கக் கூடாது. இது மாதிரியான மனோபாவம் உள்ளவர். நடைமுறையிலும் கூடுமானவரை அதைக் கடைப்பிடித்தார். மற்றவர்களும் சொல்லிட்டிருப்பார்கள். நடைமுறையில் விட்டுக் கொடுத்துத் தனக்கு என்ன ஆதாயம் கிடைக்கும் என்று பார்ப்பார்கள். ஆனால் ரகுநாதன் கடைசிவரை தன்னால் முடிந்த அளவுக்கு விட்டுக்கொடுக்காமல் இருந்தார். அந்த விஷயங்களெல்லாம் எனக்கு முக்கியமாகத் தெரிகிறது. அவருக்கு நிறையச் சோதனைகள் வந்திருக்கிறது. விட்டுக்கொடுக்கவும் வேண்டி வந்திருக்கிறது. அந்த ஆதர்சமெல்லாம் என்னை ஏதோ விதத்தில் பாதித்திருக்கிறது என நினைக்கிறேன்.

வாழ்க்கையிலிருக்கக்கூடிய நேர்மைதான் மனிதனை ரொம்ப அளவுக்குப் பாதிக்கிறதேயொழிய எழுத்தில் சொல்லக்கூடியதல்ல. நம் இந்திய மரபில் குருவோடு நேரடியாக உறவு வைத்துக்கொள்ள வேண்டும். குருவைவிடப் புத்தகங்கள் முக்கியமானதல்ல என்று சொல்வதற்கு இது காரணமாக இருக்கலாம். குரு வாழக்கூடிய வாழ்க்கைதான் சிஷ்யர்களைப் பெருமளவுக்குப் பாதிக்கக்கூடியது. இரண்டாம் பட்சமாகத்தான் அவர்கள் சில வார்த்தைகள் சொல்வதும் அது எழுதப்படுவதும் பின்னால் பிரிண்டிங் வசதி வந்த பிறகு அச்சடிக்கப்படறதும் நடந்திருக்கிறது. ராமகிருஷ்ண பரமஹம்ஸரைப் பார்த்தால் முழுக்கமுழுக்க அந்த நம்பிக்கையோடுதான் இருக்கிறார். அங்கு ஆட்கள் வரணும், அவர்கள் தன்னிடம் கேள்விகள் கேட்க வேண்டும், அவர்களோடு பேச வேண்டும் அப்படித்தான் சமூகத்தைப் பாதிக்க முடியும் என நினைக்கிறார். இது தொன்றுதொட்டு வந்த நம்பிக்கையின் விளைவுதான். அந்த அம்சம் உண்மை என எனக்குத் தோன்றுகிறது.

நேரடியாக ரகுநாதனைப் பார்த்தவுடனே அவர் வைராக்கிய மாக இருந்ததை, கஷ்டங்களை வெளியில் சொல்லாமல் இருந்ததை நான் பார்த்தேன். அவர் வாழ்ந்த காலத்தில எனக்கும் அவருக்கும் இடைவெளி இருந்தாலும்கூட அவருக்கு எதிராக விமர்சனம்

செய்வதற்கு ரொம்பத் தயக்கம் இருந்தது. காரணம் அவர் எடுக்கும் எந்த முடிவும் எனக்குப் பிடிக்காத முடிவுகளானாலும் அவருடைய முடிவாக இருக்க வேண்டுமென்பதில்லை. வாழ்க்கை அவரை அந்தளவுக்குச் சங்கடப்படுத்துகிறது. சங்கடப்பட்டு முடிவுகள் எடுப்பது பற்றி அவருக்கே மனசுக்குள்ள கூச்சம் இருக்கலாம். நான் அந்தக் கூச்சத்தைப் பற்றிக் கவலைப்படாமல் அவரை வெளிப்படையாக விமர்சனம் செய்வது, நெருங்கிப் பழகிய ஒருவரைக் குரூரமாகத் துன்பப்படுத்தக்கூடிய விஷயம் என்று சொல்லி என்னால் முடிந்தளவுக்கு அவருக்குச் சாதகமாக மௌனம் சாதித்தேன். ஆனால் எனக்கு அவர் மூலமும் மற்ற நண்பர்கள் மூலமும் மிகப் பெரிய துக்கம்தான் வாழ்க்கையில் ஏற்பட்டது.

இலக்கியத்தில் ரகுநாதனின் பங்கு, ரகுநாதனுடைய போக்கு எப்படி இருந்தது என்பதுதானே நாம் பேசக்கூடிய விஷயம். அதை நான் தனியே பிரித்துவிடுகிறேன். ஆண்டு மலர் மட்டும் நல்ல வரவேற்பைப் பெற்றது ஞாபகமிருக்கிறது. பரவலாக எல்லாருமே ஆண்டு மலர் ரொம்ப நன்றாக வந்திருப்பதாகப் பாராட்டினார்கள். நானும் அப்படித்தான் உணர்ந்தேன். என்னுடைய 'கோவில் காளையும் உழவு மாடும்' கதை அதில்தான் வந்தது. அந்தக் கதை ரகுநாதனுக்கு மிகவும் பிடித்திருந்தது. அந்தக் கதைக்கு நான்தான் தலைப்பு வைத்தேன். 'தண்ணீர்' கதைக்கும் நான்தான் தலைப்பு வைத்தேன். பல கதைகளுக்குத் தலைப்பை அவரையே போட்டுக்கொள்ளும்படி சொல்லுவேன். (நா. பார்த்தசாரதிக்கும் கதைகளைத் தலைப்புப் போடாமல் அனுப்பி அவரே தலைப்புப் போட்டுக் கொண்டிருக்கிறார்.) என்னுடைய கதையைச் சொல்லும்படியாகப் பெரிதாக எடிட் பண்ணமாட்டார். ஆனால் எனக்குத் தமிழில் இருக்கக்கூடிய பிடிப்பு குறைவு என்பதால் இலக்கணப் பிழை போட்டு விடுவேன். அந்தப் பிழைகளைத் திருத்துவார். வெளிப்படையாக உள்ள தவறுகளை டச் செய்வரேயொழிய, எடிட் செய்யவேமாட்டார். முழுக்கமுழுக்க அது என் கதையாகவே இருக்கும்.

இது எனக்கு மிகுந்த மகிழ்ச்சியைக் கொடுத்த விஷயம். மற்ற எழுத்தாளர்கள் விஷயத்திலும் ஏறக்குறைய இதே பாணியைத்தான் பின்பற்றியிருப்பார். எனக்கு முதலில் நம்பிக்கை குறைவாக இருந்தது. நான் பள்ளியில் தமிழ் படிக்கவில்லை. என்னுடைய பின்னணியினாலும் எனக்குத் தன்னம்பிக்கை குறைவாக இருந்தது. ஒவ்வொரு கடிதாசியிலும் உற்சாகம் ஊட்டும்படி நம்பிக்கை ஊட்டும்படி தனியாக ஏதாவது எழுதுவர். அங்குள்ள அவ்வளவு தோழர்களுக்கும் ஒரு அபிப்பிராயம்.

இவன் முக்கியமான எழுத்தாளனாக உருவாவதற்கான சந்தர்ப்பம் இருக்கிறது. ஆனால் தன்னம்பிக்கை இல்லாதவனாக இருக்கிறான். தன்னம்பிக்கை ஊட்ட வேண்டுமென்பதை ஒரு கோஷமாக வைத்துக்கொண்டிருந்த காலம். நா. வானமாமலை, தி.க. சிவசங்கரன், ரகுநாதன் போன்ற எல்லாருமே நான் எந்தஎந்தத் தோழர்களிடம் பழகியிருக்கேனோ அவர்கள் எல்லாருமே தன்னம்பிக்கை ஊட்ட வேண்டுமென்பதை மனசில் வைத்துக் காரியங்களைச் செய்திருக்கிறார்கள். எனக்குத் தன்னம்பிக்கை உண்டாகவும் செய்தது.

ஆண்டு மலருக்குப் பிறகு *சாந்தி* வெளிவரவில்லை என்றுதான் ஞாபகம். ஏதோ காரணத்தினால் *சாந்தி* பத்திரிகையை முடிச்சுக்கப் போகிறார்; அவரால் தாக்குப்பிடிக்க முடியவில்லை அப்படி என்கிற எண்ணமும் எனக்கும் நம்பிக்கும் வந்தது. அவர் எங்கள் வீட்டுக்கு வர சமயத்திலெல்லாம் நம்பி இங்கு வந்து அவரோடு பேசிக்கொண்டிருப்பான். பத்திரிகையில் இவ்வளவு பணம் நஷ்டப்பட்டது என்றோ, அவர் இன்னன்ன ஆட்களிடமிருந்து இன்னன்ன விஷயங்கள் எதிர்பார்த்து அவங்களெல்லாம் அதைச் செய்யவில்லை என்றோ சொன்னது கிடையாது. முக்கியமாக அவர் நஷ்டத்தைப் பற்றிப் பேசவே இல்லை. கடைசிக் காலம் வரையும் அது பற்றிச் சொன்னதாகவோ எழுதியதாகவோ தகவல் இல்லை. ஆனால் அந்தச் சமயத்தில் அவரிடம் எவ்வளவு பணம் இருந்ததோ அவ்வளவையும் இழந்தார் என்பதுதான் என் உணர்வு. பல விஷயங்களில் அவர் எதிர்பார்த்த மாதிரி காரியங்கள் நடக்கவில்லை என்கிற எண்ணம் எனக்கு இருந்தது.

*கல்கி*யின் மறைவு என்னைக் கொஞ்சங்கூடப் பாதிக்கலை. நிறையத் தோழர்களும் பொருட்படுத்தவே இல்லை. ஆனால் ரகுநாதனுக்கு ஆழ்ந்த வருத்தமிருந்தது. சென்னையில் வாழும் எழுத்தாளர்கள் எந்தவிதமான கருத்து வேற்றுமை இருந்தாலும் மானசீகமான உறவு இருப்பது இயற்கை. ஆனால் நான் கட்சிக்கு ரொம்ப விசுவாசமான ஆளாக இருப்பதால் நான் *கல்கி*யைப் பாராட்டாத ஆளாகத்தான் இருந்தாகணும் என்கிற எண்ணம் எனக்கு உறுதியாக இருந்தது. ஏனென்றால் *கல்கி* போன்ற ஆட்கள்தான் முற்போக்கு இலக்கியத்துக்கு எதிராக இயங்கினார்கள். *கல்கி* மறைந்தார் என்று ரகுநாதன் தலையங்கம் எழுதினார். அந்தத் தலையங்கமே ரொம்ப ஆச்சரியமாக இருந்தது. "எதற்காகக் *கல்கி* மறைந்ததற்குத் தலையங்கம் எழுதினீங்க. நாம அதை அசட்டைன்னா பண்ணனும்" எனக் கேட்டேன். "அப்படி இல்ல. அவர் சில முக்கியமான பணி சமுதாயத்துக்குச் செய்திருக்கார்" என்று சொல்லிவிட்டுத்

தலையங்கத்தைப் படிச்சுக் காட்டினார். படிச்சு காட்டிய உடனே எனக்குக் *கல்கி*யிடமிருக்கும் மதிப்பைவிடப் பல மடங்கு அதிகமான மதிப்பு அவருக்கு இருக்கிறது என்பதை உணர்ந்தேன். மனிதனோடு வாழ்க்கையில் நெருக்கடி காலத்தில அவனுடைய பாசிட்டிவான பக்கத்தைப் பார்ப்பதற்கான ஆற்றல் அவருக்கு இருக்கிறது. மற்றவர்கள் என்ன சொல்வார்கள் என்பது பற்றிக் கவலைப்படமாட்டார். ரொம்பக் கடினமாக விமர்சிக்கக்கூடிய மனோபாவம்தான் அவருக்கு. முக்கியமாக எழுத்திலும் கூட்டத்திலும் கடுமையாக விமர்சிப்பர். ஆனால் ஒருவருடைய சாதகமான அம்சம் என்ன என்பது பற்றிய உணர்வு அவருக்கு இருந்தது. நிறையத் தோழர்களுக்கு அந்த உணர்வே கிடையாது. நிறையத் தோழர்களுக்குப் பாதகமான விஷயங்கள்தான் தெரியுமே தவிர *கல்கி* ஆற்றிய பங்கு என்னவென்று கேட்டால் கட்சிக்குள்ளேயே அந்த மனோபாவம் மறுபரிசீலனை செய்யப்பட்டுக் கட்சியே *கல்கி*யை ஏற்றுக்கொள்கிற சமயத்தில்தான் மனோபாவத்தை வெளிப்படுத்துவார்களே தவிர அவர்களாக உருவாக்க மாட்டார்கள். வெளி உலகத்தி லிருக்கக்கூடிய செயல்பாடுகள் கட்சியைப் பாதித்து இந்த மனோபாவங்களை மாற்றுகிறதேயொழிய கட்சிக்குள்ள அவர் செயல்பாடுகளை இறுக்கமாகப் பார்க்க வேண்டாம், அவர் ஒரு தேசியவாதிதானே, ஒரு காந்தியவாதிதானே, மதுவுக்கு எதிராகச் செயல்பட்டிருக்கார் அப்படி எல்லாம் பார்க்கக்கூடிய மனோபாவத்தை நான் அவர்களிடம் தொடர்பு கொண்டிருந்த காலத்தில் பார்த்ததில்லை. ஆனால் ரகுநாதனுக்கு அந்த இயல்பு அந்தக் காலக்கட்டத்தில் இருந்தது என்பதை நான் உணர்ந்திருக்கிறேன். அது பாராட்டத் தகுந்த அம்சம் என்று தோன்றியது.

தமிழகத்திலுள்ள இலக்கிய வரலாறு தொல்காப்பியத்திலிருந்து கடைசியிலுள்ள நாவல்கள் வரையிலும் இப்படி இப்படி உருவாயிருக்கிறது என்கிற தொடர்ச்சி அவரிடம் இருக்கிறது. அந்த அளவுக்குப் படிப்பும் பொறுமையும் மற்றவர்களுக்கு இல்லாததால் அவர்கள் மொத்த வரலாற்றையும் பார்ப்பதில்லை. வரலாற்றை மதிப்பிடவும் தெரியவில்லை. கட்சியுடைய பார்வை மட்டும்தான்.

ஆமாம் அப்படித்தான் அந்தக் காலத்தில கட்சியுடைய பார்வை இருந்தது. புதுமைப்பித்தனுடைய பாதிப்பு, இயற்கை யாகவே அவருக்கு இருக்கக்கூடிய சுதந்திர மனோபாவம் காரணமாக முழுக்க முழுக்கக் கருத்து வேற்றுமையே இல்லாமல் அல்லது உணர்வுகள் சார்ந்த வேற்றுமைகள்கூட இல்லாமல் அவர் இணைந்திருந்தார் என்று நினைக்க முடியவில்லை.

எனக்கும் அவருக்குமான உறவு எந்தவிதப் பிசிறுமில்லாமல் அவருடைய கடைசி காலம் வரையிலும் இருந்தது என்றுதான் சொல்ல வேண்டும். அதுக்குக் காரணம் நானா, அவரா என்று திட்டவட்டமாகச் சொல்ல முடியாது. பல எழுத்தாளர்களுடைய உறவுகள் ஏதேதோ காரணத்தினால் பின்னால் முறிஞ்சு போய்விட்டது. அதைத் தொடர்ந்து கொண்டு போக முடியவில்லை.

ரகுநாதன் விதிவிலக்காக என்கூட உறவு கொண்டிருந்தார். என்மேல் விமர்சனம் இருந்தாலும்கூடப் பிரியம் இருந்தது. என்னைப் பற்றிப் பல ஆட்கள் அவரிடம் பலவிதமாகச் சொல்வார்கள். அவருக்கென்றுள்ள சொந்த மதிப்பீட்டில்தான் அதை எடுத்துக்கொண்டாரேயொழிய அவர்கள் சொன்னதை வைத்து விட்டுக்கொடுக்கவில்லை; பாதிப்படையவில்லை. அப்படிப்பட்ட மாற்றங்கள் எதையுமே அவருடைய காலத்தில் உணரவேயில்லை.

முதன்முதலாக ரகுநாதன் அவருடைய வீட்டுக்கு என்னைக் கூட்டிப்போனது நல்ல ஞாபகமிருக்கிறது. வீட்டு மாடியில்தான் அவருடைய எழுதும் அறை. நிறையப் புத்தகங்கள். நான் மனசில் நினைத்ததற்கு மேலாக அதிகமான புத்தகங்கள். தனிப்பட்ட எழுத்தாளருடைய வீட்டில் அந்த நேரத்தில நான் அவ்வளவு புத்தகங்கள் பார்த்ததேயில்லை. இரண்டாவது எல்லா வகைப்பட்ட புத்தகங்களும் – உதாரணமாகப் பழைய இலக்கியங்கள், நவீன இலக்கியங்கள், கடந்த கால ஆங்கில இலக்கியங்கள், ஷேக்ஸ்பியர், நவீன நாவல்கள், ஐரோப்பிய நாவல்கள், அமெரிக்க நாவல்கள், பெண்கள் இதழ்கள் இப்படி அவருடைய நூல்நிலையத்தைப் பார்த்தால் அவருக்குப் பரவலாக இருக்கக்கூடிய ஆர்வமும் படிப்பதிலுள்ள அக்கறையும் அவருடைய பார்வை எப்படி விரிவாக இருக்கிறது, பல்வேறுபட்ட விஷயங்கள் தெரிந்தவராகவும் அக்கறை உள்ளவராகவும் எப்படி இருக்கார், தன்னைக் குறுக்கிக்கொள்ளாமல் வாசகனாக விரிந்த தளம் ஒன்று இருந்திருக்கிறது. இது அனேகமாகப் புதுமைப்பித்தனின் பாதிப்பிலிருந்து கிடைத்திருக்கலாம்.

திருநெல்வேலியில் அந்தக் காலகட்டத்தில நிறையப் பேர் பழந்தமிழ் இலக்கியம் படித்திருப்பார்கள். கம்பராமாயணத்தில ஆழ்ந்த ஆர்வம் இருக்கும். ஆனா இப்படி எல்லாவிதமான சிந்தனைகள், தத்துவங்கள், இடதுசாரிச் சிந்தனைகள் சம்பந்தமாகவும் இப்படிப் பலவகைப்பட்ட புத்தகங்களின் சேமிப்பு, திருநெல்வேலி நாகரிகத்தில வேறு எங்கேயாவது பார்த்திருக்க முடியுமா என்பது சந்தேகம்தான். அந்த

மாதிரியான ஒரு புத்தகச் சேமிப்பைப் பார்த்தவுடனே எனக்கு அவர் பேரிலுள்ள மதிப்பு இன்னும் கூடிவிட்டது. பொதுவாக நண்பர்கள் சொல்வார்கள். புத்தகங்களைக் கொடுத்து வாங்க மாட்டார், அந்தப் புத்தகங்கள் இருக்கிற இடத்துக்கே நண்பர்களை அதிகமாகக் கூட்டிப் போகமாட்டார், அவருடைய தனிப்பட்ட உபயோகத்துக்குத்தான் அந்தப் புத்தகங்களை வைத்திருக்கிறார் அப்படியெல்லாம் அவரைப் பற்றிப் பரவலாகப் பேர் இருந்தது. அவரோடான என்னுடைய உறவுகளெல்லாம் ஓரளவுக்கு விட்டுப்போனதிற்குப் பின்னாலும்கூடச் சில இளம் எழுத்தாளர்கள் சொல்லியிருக்கிறார்கள். அவரிடம் ஒரு புத்தகம் வாங்கப்போனேன், இல்லைன்னு சொல்லி அனுப்பிட்டார் என்று. என்னுடைய காலத்திற்குப் பின்னால வந்த பல எழுத்தாளர்களுக்கு ரகுநாதனைப் போய்ச் சந்திக்கப் போன இடத்தில் ஏமாற்றம் ஏற்பட்டு இருக்கிறது. அவங்களுக்கு உரிய மரியாதை கொடுத்து வரவேற்கவில்லை. ரொம்ப அலட்சியப்படுத்தறார் என்று பல இளம் எழுத்தாளர்கள் சொல்லி இருக்கிறார்கள்.

கட்சியில் நாங்கள் தீவிரமாக இருக்கக்கூடிய காலத்திலும் சில ஆட்களுக்கு அப்படி இருந்திருக்கிறது. விதிவிலக்கென்று சொன்னாலும் சொல்லலாம். அவருடைய இயற்கையென்று சொன்னாலும் சரிதான். எனக்கு அந்த மாதிரி அனுபவமே ஏற்படவில்லை. உண்மையாகவே அந்தக் கூறு அவருக்கு இருக்குமானால் அவர் என்னை வித்தியாசமாகத்தான் பார்த்தாரா, இல்லை மற்ற ஆட்கள் மிகைப்படுத்திச் சொல்கிறார்களா – இதை என்னால் திட்டவட்டமாகச் சொல்ல முடியவில்லை.

அன்று அவரிடம் புத்தகம் கேட்கவே தயக்கமாக இருந்தது. அவருடைய வீடு வசதியான வீடு என்று சொல்ல முடியாது. கிராமத்து வீடு அது. நான் அந்த வீட்டில தங்காமல் கொஞ்சம் பேசிக் கொண்டிருந்துவிட்டு, ஓட்டலில் அறை எடுத்துத் தங்கி மறுநாள் போய்ப் பார்ப்பது – அப்படி வைத்துக் கொண்டால்தான் அவருக்கும் சௌகரியமாக இருந்திருக்கும் எனக்கும் சௌகரியமாக இருந்திருக்கும். ஆனால் உட்கார்ந்து பேச ஆரம்பித்தால் இந்த மாதிரியான ஞாபகங்களே வருவதில்லை. இன்னொருவருடைய வீட்டில் உட்கார்ந்திருக்கிறோம். நாலைந்து மணி நேரம் பேசியாச்சு. அவருக்கும் கொஞ்சம் வேலைகள் இருக்கும், இதெல்லாம் லௌகீகம் சார்ந்த அறிவுதானே. அது ஒண்ணுமே சுத்தமா இல்லை. நான் பாட்டு உட்கார்ந்து பேசிக்கொண்டே இருப்பேன். அதனால் அவர் விரும்புகிறாரோ இல்லையோ, என்னைத் தங்கவைக்க வேண்டிய சூழல் உருவாகிவிட்டது. விருப்பமில்லாமல் அவர் அந்தக் காரியத்தைச்

செய்தார் எனச் சொல்ல வரவில்லை. நான் அங்கு தங்குவதில் சில அசௌகரியங்கள் இருந்திருக்கலாம். ஆனால் அங்குதான் தங்கினேன். அப்படி இரண்டு மூன்று முறை தங்கியிருப்பேன். போகப்போகத்தான் நான் வெளியில் தங்கி அவரைப் போய்ப் பார்ப்பது நடந்தது. ஒரு காலகட்டத்திற்கு மேலேதான் எனக்கே இந்த விஷயம் தெரிந்தது. இந்த விஷயங்களெல்லாம் என்னைவிட நம்பிக்குத் தெரியும். நம்பி அந்தச் சமயத்தில் கூட இருந்திருந்தால் கவனப்படுத்திருப்பான்.

இந்த மாதிரி ஒரு சந்தர்ப்பத்தில் நான் அவரிடம் புத்தகம் கேட்டேன். தந்தார். ஒரு சில தோழர்களிடம் புத்தகம் தந்த விஷயத்தைச் சொன்னபோது அவர்களுக்கு வியப்பாக இருந்தது. என்னிடம் அவருக்குத் தனியான நட்பு இருக்கிறது என்பது உறுதியானது மட்டுமல்ல ஏன் இவரிடம் மட்டும் இறுக்கமே இல்லாமல் இருக்கிறார் என்று நினைத்தார்கள். அப்படிப் பல புத்தகங்கள் அவரிடமிருந்து வாங்கிப் படித்திருக்கிறேன். சில புத்தகங்களைப் பற்றி விரிவாகப் பேசிக்கொண்டது ஞாபகமிருக்கிறது. ஒன்று ஜான் ஸ்டீன்பெக்கின் *க்ரேப்ஸ் ஆஃப் ராத்*. அந்த நாவலைப் படித்துவிட்டு அவரிடம் சொன்னேன். அவருக்கும் அந்த நாவல் பிடித்திருந்தது. அந்த நாவல் பற்றி விரிவாகப் பேசினோம். அமெரிக்க நாவல். ஒரு விதத்தில் முற்போக்கான நாவல்தான். ஆனால் சோவியத் நாட்டிலுள்ள முற்போக்கு நாவல்களில் நான் பார்த்த வறட்சி, போதாமை எதுவுமே இந்த நாவலில் இல்லை. நல்ல செழுமையாகவும் நன்றாகவும் இருந்தது. அது மாதிரி சோவியத் யூனியன் உருவாவதற்கு முன்னாலயே ரஷ்யாவில் உருவான பல இலக்கியங்கள். சோவியத் யூனியன் உருவானதுக்குப் பின்னால சோசியலிஸ்ட் விஷயத்தை ஏற்றுக்கொண்ட பல எழுத்தாளர்களின் புத்தகங்கள் எல்லாம் இன்னொரு விதத்தில முற்போக்காகத்தான் இருந்தது என்றுதான் எனக்குத் தோன்றுகிறது. சோவியத் யூனியன் தன்மையான முற்போக்காக அல்ல. எனக்கு எப்போதுமே இந்தப் புத்தகங்களைவிட வெளியில் வரப் புத்தகங்கள்தான் விருப்பமாக இருந்தது.

ஆரம்ப காலச் சிறுகதைகள் கொஞ்சம் கலை பூர்வமாக எழுதியிருக்கிறேன் என்றால் அந்த மனோபாவம் அந்தச் சிறு வயதிலேயே உருவானதுதான் முக்கியமான காரணம். நானும் ரகுநாதனும் அதைப் பகிர்ந்துகொண்டிருக்கிறோம். ரகுநாதன் எப்பவுமே அதை ஆதரித்துப் பேசியிருக்கிறார்.

அப்போதுதான் கலைத்தன்மை வலுவாக இருக்கும். அப்போதுதான் அது சமூகத்தைப் பாதிக்கும். மனித மனத்தைக்

கலைகள் பாதிக்கவில்லையானால் அது சாதாரணமான, பொருட்படுத்த முடியாத எழுத்து. கருத்துகளைப் பிரதிபலிப்பது மாத்திரமே இலக்கியமாகாது என்பதிலெல்லாம் எனக்கும் அவருக்கும் ரொம்ப உடன்பாடு இருந்தது. அப்போது ஒரு விஷயத்தை இலக்கியபூர்வமாகப் பேச வேண்டும். படைப்பு சார்ந்த ரகசியங்கள் சார்ந்து பேச வேண்டும். படைப்பின் விஷயங்கள் சார்ந்து பேச வேண்டும். அதில் ஏற்படுகிற பிரச்சினை களைக் கலந்துகொள்ள வேண்டும். இந்த மாதிரி விஷயம் எனக்கு வரும்போது நான் ஒருவிதத்தில் நம்பிகிட்ட பேசலாம். இன்னொரு விதத்தில் ரகுநாதனிடம் பேசலாம். பொதுவாக நம்பிக்கு முற்போக்கு இலக்கியம்னு முத்திரை குத்தும் இலக்கியத்தின் பேரில முதலிலிருந்தே மனத்தடை இருந்தது. அவன் அதில் அதிக ஈடுபாட்டுடன் பேசலை. ஏதோ புதுமையான விஷயம் உருவாகிறது. அந்தப் புதுமையான விஷயம் தனக்கு உவப்பாக இல்லை அப்படிங்கிற எண்ணம்தான். போகப்போக அவனும் இது மாதிரி கதைகளை எழுதியிருக்கிறான். அது அவனுடைய இயற்கையான மனோபாவம் காரணமாக எழுதியிருக்கலாம்.

எனக்கு இந்த மாதிரியான படைப்புச் சம்பந்தமாகப் பிரச்சினைகளை எல்லாம் அவனிடம் பேச முடியாது. ஆனால் முற்போக்கு இலக்கியம் உருப்பெறுவதற்கு முற்பட்ட காலகட்டத்திலுள்ள கவிதைகள், நாவல்கள், சிறுகதைகள் பற்றியெல்லாம் நம்பியிடம் ரொம்ப அளவுக்குப் பேச முடியும். அவனுக்கு ஆழ்ந்த ரசனையும் உண்டு என்கிறதால் அவன்கூட விவாதம் செய்வதென்பது மகிழ்ச்சி தரக்கூடியதாகவே இருக்கும். முற்போக்கு எழுத்தாளர் சங்கத்தை இங்க உருவாக்க வேண்டும் என நினைத்துச் செயல்படும்போது ரகுநாதன்தான் இந்தந்த விதமாகச் செய்யலாம் எனச் சொல்கிறார். அனேகமாக எங்களுடைய முற்போக்கு எழுத்தாளர்கள் கூட்டத்திற்கு அவர் வந்து கலந்துகொண்டார் என்று ஞாபகம். அவருடைய பாதிப்பினால் நாங்கள் முற்போக்கு எழுத்தாளர் சங்கக் கூட்டத்தில மிகப் பெரிய அளவில் புதுமைப்பித்தன் விழாவிற்கு ஏற்பாடு செய்தோம்.

ஸ்யாம் டேனியல் என்று ஒருவர் டுட்டோரியல் காலேஜ் வைத்திருந்தார். அவர் கம்யூனிஸ்ட் சார்பானவர். ஆங்கிலம் பிரமாதமாகச் சொல்லித் தருவார். அவருடைய வருமானமே குழந்தைகளுக்கு ட்யூஷன் சொல்லித் தருவது மூலமாகத்தான். அந்தக் காலத்தில் நான் அவரிடம் ஆங்கிலம் படித்திருந்ததால் அடிப்படையைப் பலமாகப் போட்டிருந்திருப்பார். நான் முக்கிய எழுத்தாளனாக மற்ற ஆட்கள் கருதப்படும் சமயத்தில அந்த வகுப்பில் போய் உட்கார ஏதோ கூச்சம் இருந்ததால் அந்தச்

சந்தர்ப்பத்தை இழந்துவிட்டேன். இலக்கியக் கூட்டம் நடத்துகிற சந்தர்ப்பத்தில அவரும் வந்து கேட்டுக் கொண்டிருப்பார். அவருக்குத் தமிழ் நவீன இலக்கியம் பற்றி எதுவும் தெரியாது. பழைய இலக்கியம், ஷெல்லி, சேஷக்ஸ்பியர் போன்றவர்கள் பற்றி அபிப்ராயம் இருந்தது. இந்த மாதிரி கூட்டங்களிலும் ரகுநாதன் சம்பந்தம் வைத்துக்கொண்டிருந்தார். இதில் ஏற்படக்கூடிய பிரச்சினைகள் – உதாரணமாக எனக்குத் தத்துவம் சார்ந்த விஷயம் ஒண்ணு புரியல அல்லது தோழர்கள் சம்பந்தமான காரியங்களில் விமர்சனமிருக்கு, இந்த மாதிரியான விஷயங்களை எல்லாம் பகிர்ந்துகொள்ளக்கூடிய ஆளாக ரகுநாதன்தான் இருந்திருக்கிறார். அவர் தொடர்ந்து பேசக்கூடிய விஷயங்களில் ஒன்று கம்பராமாயணம். நான் போகிற சமயத்தில் எப்பவுமே கம்பராமாயணப் பகுதிகளைப் படிச்சுக் காட்டுவார். அதில் அவர் சொல்லக்கூடிய முக்கியமான தியரி இன்று பிரமாண்டமான நவீன சினிமாவில் எப்படிக் காட்சிகள் விரிகின்றனவோ அதுபோல்தான் கம்பனின் மனத்திலும் காட்சிகள் விரிகின்றன. காட்சித் தன்மையில்தான் அவன் படைப்புகளை விவரிக்கிறான் என்று சொல்லிப் பல பகுதிகளை எடுத்துக் காண்பிப்பார். ஒரு நிகழ்ச்சியைச் சொல்கிற சமயத்தில ஒரு வீடு சிறியதாகத் தெரியும். அதற்கு ஒரு கவிதை சொல்கிறான். கவிதையைப் பெரிதாக விவரிக்கிற சமயத்தில வீடு பெரிதாகத் தெரியும். இந்த மாதிரி காட்சிப்படுத்துவார். பழந்தமிழ் இலக்கியத்தைப் படிக்கிற சமயத்தில் அதன் பொருளைப் புரிந்துகொள்வது அவருக்கு அவ்வளவு முக்கியமான விஷயம் இல்லை. அதுவரையும் செலுத்தப்படாத ஒரு பார்வை செலுத்தப்படுவதும், அந்தப் பார்வை தனக்குச் சொந்தமானதாக இருக்க வேண்டும் என்கிறதும், அதைப் பற்றிப் பின்னால் நாம் எழுத வேண்டும், வாசகர்கள் படிக்க வேண்டும் என்பதற்காக அவரே மேற்கொண்ட தயாரிப்பு என்கிற மாதிரி அந்த விஷயம் இருந்தது. கம்பராமாயணத்தைப் பற்றி அவருக்குச் சில முடிவுகள் இருந்தது. ஒரு தாரத்தை வற்புறுத்தக்கூடிய காவியம் அப்படிங்கிற விஷயத்தை உருவாக்கினார். அதற்கான ஏகப்பட்ட நியாங்களை அதிலிருந்து சொல்வார்.

பேராசிரியர் ஜேசுதாசன் திருவனந்தபுரத்தில் கூட்டத்தில் பேசுவதற்காக ரகுநாதனைக் கூப்பிட்டிருந்தார். ரகுநாதன் பேசுவதற்குச் சம்மதம் தெரிவித்துக் கடிதாசி அனுப்பியிருந்தார். ஏதேனும் காரணத்தினால் மறுத்துவிடக் கூடாதே என்று நடுவில் நானும் அவருக்குக் கடிதாசி எழுதியிருந்தேன். அவருக்கு ஜேசுதாசனை நேர்ப் பழக்கம் கிடையாது. நீங்க திருவனந்தபுரம் அவசியம் போக வேண்டும், திருவனந்தபுரம்

பார்க்க வேண்டும் என்றல்லாம் நான் எழுதினேன். என் நண்பர் சிதம்பரம் அங்கு இருப்பதால், அவரையும் பார்க்க வேண்டும் என்று நினைத்துக் கொண்டிருப்பதால் அவசியம் வர வேண்டும் என்று ரகுநாதன் பதில் எழுதியிருந்தார். இங்கு வந்து என்னுடன் ஒரு நாள் தங்கிவிட்டு மறுநாள் இருவருமாகத் திருவனந்தபுரம் போனோம். அப்போதெல்லாம் அவர் கையில் வெற்றிலைப் பெட்டி வைத்திருப்பார். புகைப் பழக்கம் ஆரம்பிக்கவில்லை. புதுமைப்பித்தனையும் இவரையும் பார்த்தவர்கள் சொன்னார்கள் இதெல்லாம் புதுமைப்பித்தனின் தாக்கம் என்று. நாங்கள் மலையாளத்தில் வளர்ந்தவர்கள் என்கிறதனால் அந்தச் சின்ன வயசில் இருபத்தி எட்டு முப்பது வயசில் வெற்றிலைப் பெட்டி வைத்திருப்பது உவப்பாகவே இல்லை. அது தமிழ்நாட்டுப் பழக்கமாக இருக்கலாம். அது அவருடைய வயசுக்கு மீறிய காரியமாக எனக்குத் தோன்றியது. அந்த மனோபாவம் காரணமாக அவர் வெற்றிலையை விட்டுவிட்டுப் புகைப்பழக்கத்திற்கு வந்தவுடனே எனக்குச் சந்தோஷமாக இருந்தது. அதை ஏன் சொல்கிறேன் என்றால் அந்தக் கூட்டம் முடிந்து நான், ரகுநாதன், ஜேசுதாசன், மற்ற நண்பர்களெல்லாம் பல்கலைக்கழக வாசல் முன்னால் பேசிக்கொண்டிருக்கும்போது அவர் வெற்றிலை செல்லத்தை வைத்துக்கொண்டிருந்தார். அந்தக் காட்சி மனசில் ஆழமாகப் பதிந்திருக்கிறதினால் இந்தச் சமயத்தில் ஞாபகத்துக்கு வந்தது. அன்று அந்தப் பேச்சில் இந்தத் தியரிதான் கிட்டத்தட்ட ஒரு மணி நேரம் விரிவாகப் பேசினார். எனக்கு அப்பவே அவர் பார்வையில் சின்னக் குறை தெரிந்தது.

அவர் கம்பராமாயணம் என்கிற புத்தகத்துக்குள்ள அவருக்குச் சாதகமான பகுதிகளைத் தொகுக்கிறார். முதலிலேயே ஒரு முடிவுக்கு வந்துவிடுகிறார். அந்த முடிவைக் கற்பனை என்று சொல்ல முடியாது. கம்பராமாயணத்தில் ஈடுபாடு காரணமாகத்தான் அந்த முடிவு. அந்த முடிவுக்கு வந்தபிறகு எதிர் நிலையைப் பற்றிக் கவலைப்படாமல் அதை வலுப்படுத்துவதற்கான விஷயங்களைப் பண்ணினார். எல்லாருக்குமே இது வியப்பாகத்தான் இருந்தது. எனக்கும் வியப்பான விஷயமாகத்தான் இருந்தது. இது ஒரு புதுமுறை விமர்சனம். இது மாதிரி யாராலுமே பேச முடியாது. நான் ஏற்கனவே சின்ன வயசில் கம்பராமாயணப் பேச்சைக் கேட்டிருக்கிறேன். எங்க ஊர் கம்பராமாயண வித்வான்கள் இருந்த இடம். கம்பராமாயணப் பாடல்கள் எல்லாம் பாடுவாங்க. ஒவ்வொரு நாளும் ஒவ்வொரு நேரம் சொல்வார்கள். முப்பது நாட்கள் நாற்பது நாட்கள் நடக்கும். அதற்கெல்லாம் சின்ன வயசில் என் மாமா கூடப் போயிருக்கிறேன். அவர்களுடைய

பார்வைக்கும் ரகுநாதனுடைய பார்வைக்கும் சம்பந்தமே கிடையாது. எல்லாருமே ஆச்சரியப்படுகிறார்கள் என்கிற எண்ணம்தான் ஏற்பட்டது. பின்னால் ஜேசுதாஸன் சொன்னார். நான் இவருடைய பார்வையை ஏற்றுக் கொள்ளவில்லை. அவருக்கு இந்த மாதிரி தொகுக்கக் கூடிய குணம் இருக்கு. காவியம் ஒரு குறிப்பிட்ட நோக்கத்துக்காகத்தான் கவிஞன் உருவாக்குகிறான் என்று சொல்வது இரண்டாம் பட்சமான விஷயம். காவியத்தில் எவ்வளவோ விஷயங்கள் இருக்கும். அதெல்லாம் இனங்கண்டு கொள்ளலாம். அவர் அந்தக் காலகட்டத்தில் சமுதாயத்தில் ஒரு ஆணுக்கு ஒரு பெண் என்கிற உணர்வுகள் வளர்ந்து வர சமயத்தில் அதை உறுதிப்படுத்துவதற்காகவே அந்த விஷயத்தை எழுதியிருக்கிறார் அப்படின்னு அவர் சொன்னார். அவருக்கு முக்கியமான பார்வை அந்தக் காலத்தில் என்ன ஏற்பட்டிருக்கிறது எனச் சொன்னால், சமுதாயத்துக்கும் இலக்கியத்துக்கும் உள்ள உறவு. அது மார்க்சியத்தை ஏற்றுக்கொண்டதினாலுள்ள ஒரு பார்வை. அதனால் எப்படி இலக்கியப் படைப்புகள் தாங்கள் வாழக்கூடிய, உருவாகக்கூடிய சமுதாயத்தைப் பிரதிபலிக்கிறது அப்படி என்கிற விஷயத்துக்கு அதிகம் முக்கியத்துவம் கொடுத்துப் பார்க்கிறார். அதற்கு முன்னால் அப்படியொரு முக்கியத்துவம் கொடுக்கப்படவேயில்லை.

எழுத்தாளர்கள் மனசிலிருந்து அவர்கள் விருப்பம் சார்ந்து மட்டுமே (படைப்பு) வெளிவருகிறது அப்படிங்கிற எண்ணம் இருந்தது. இந்த மாதிரி விஷயங்கள் பற்றியெல்லாம் தொடந்து என்னிடம் நிறையப் பேசியிருக்கிறார். அப்போதெல்லாம் இந்தக் கருத்து மனசிலிருந்தாலும்கூட அவர் கிட்ட ரொம்பப் பாராட்டோடுதான் இருக்கிறேன். தொடர்ந்து இந்த மனோ பாவங்கள் அவரிடமிருந்து பல தளங்களில் வெளியாகக்கூடிய சமயத்தில்தான் சின்ன அளவிலாவது சொல்லக்கூடிய தைரியம் வருகிறது.

அதே விஷயத்தை அவர் நவீன இலக்கியத்தில் புகுத்தும் சமயத்தில்தான் கொஞ்சங்கூடத் தைரியத்தோடு நான் சொல்வேன். நவீன இலக்கியப் பரிச்சயம் நிறைய இருப்பதால் அவருடைய பார்வையிலிருக்கக்கூடிய விஷயம் எனக்கு உவப்பாக இருக்காது.

இதெல்லாம்கூட நான் இயக்கத்திலிருந்து வெளி வருவதற்கு அடிப்படைக் காரணமாக இருந்திருக்கிறது. இதெல்லாம் பார்த்தோமானால் சிறு விஷயமாக இருக்கும். கலை பற்றி, இலக்கியம் பற்றி பார்வையில் இருக்கக்கூடிய அடிப்படையான வேற்றுமைகளாகத்தான் நான் பார்க்கிறேன். குறிப்பிட்ட விஷயம் மட்டுமே இல்லை. குறிப்பிட்ட நபர்

மட்டுமே இல்லை. அதற்குள்ளேயே அந்த விஷயங்களெல்லாம் இருக்கிறது. எப்பவுமே அவரிடம் அழுத்திச் சொன்னதில்லை. ஏனென்றால் அவருக்கு இந்த விஷயங்களில் புலமை ரொம்ப ஜாஸ்தி. நவீன இலக்கியம் பற்றி என்னுடைய கருத்துக்கும் அவருடைய கருத்துக்கும் வேற்றுமை ஏற்படுகிற சமயத்தில் தெளிவாகச் சொல்லியிருக்கிறேன். அதிலும் *பஞ்சும் பசியும்* நாவல் சம்பந்தமாக எனக்குப் பல விஷயங்கள் சொல்வதற்கான சந்தர்ப்பம் கிடைத்தது. அது அவர் எழுதிய நாவல் என்பதால் அதை என்ன காரணத்திற்காக உருவாக்கியிருக்கிறார் என்கிற விவரம் அவருக்குத் தெரியும் என்பதால் பேச முடிந்தது. அது பற்றிப் பேசிக்கொண்டதைப் பின்னால் சொல்கிறேன்.

எனக்குத் தெரிந்தவரையிலும் தமிழ்நாட்டுக்குள்ள இந்த விதமான பார்வையோடு அவர் மட்டுந்தான் இருக்கார் எனத் தெரிந்தது. நா. வானமாமலைக்கு இந்த விதமான பார்வை இருந்தாக்கூட அவருக்கும் இலக்கியத்துக்குமுள்ள தொடர்பு ரொம்ப அளவுக்குப் பின்னால் வெளியாயிருக்கிறது. அவரும் பேசியிருக்கிறார். சில காரியங்களைச் செய்திருக்கார். ஆராய்ச்சிகள் மூலம் அது வெளிப்பட்டிருக்கிறது. வேறு நண்பர்களை ரொம்ப அளவுக்குப் பாதித்திருக்கிறார். சமுதாயத்தை இலக்கியம் எப்படிப் பிரதிபலிக்கிறது என்கிற பார்வை சார்ந்தும் எல்லாரிடமுமே ஒரு மனோபாவத்தையும் கோணத்தையும் உருவாக்கியிருக்கிறார். அதெல்லாம் அவர் வாழ்நாளிலேயே பிரதிபலித்திருக்கிறது என்பதெல்லாம் உண்மையானாலும்கூட அந்தக் காலகட்டத்தில் அவர் ஒன்றும் செய்யவில்லை. நா. வானமாமலை அந்தச் சமயத்தில் அறிவியல் சம்பந்தமான கட்டுரைகளைச் *சாந்தி*யில் எழுதிக்கொண்டிருக்கிறார்.

எனக்கு வானமாமலையுடன் நெருக்கமான தொடர்பு இருந்தாலும்கூட ரகுநாதனிடம் ஏற்பட்ட நெருக்கமான ஈடுபாடு அவரிடம் ஏற்படவில்லை. அவர் அறிவியல் சம்பந்தமாக நிறைய விஷயங்கள் சொல்வார். இப்போது அது நம்முடைய விஷயங்கள் இல்லை என்பதால் அதை விட்டுடலாம்.

முற்போக்கு இலக்கியம் என்று சொல்லும் சமயத்தில் இலக்கியம் சார்ந்து, கலைகள் சார்ந்து, புலமை சார்ந்து, புதுமையான பார்வை சார்ந்து, வாசிப்பு சார்ந்து தமிழ்நாட்டில் ரகுநாதன் ஒருவருக்குத்தான் முழுமையான தகுதி இருக்கிறது, மற்றவர்களுக்கெல்லாம் இந்தத் தகுதி இல்லை அப்படிங்கிற எண்ணம் ஏற்பட்டது. வெளிப்படையாகப் பாராட்டிப் பேசுவதற்கு எனக்குக் கூச்சமாக இருக்கும். இந்த விஷயம் வேறொரு விதத்தில என்னைவிட முக்கியமான ஒரு இளைஞர்மூலம் உறுதிப்பட்டது.

அது எப்படியென்றால் ரகுநாதன் பேசுகிற சமயத்தில் சில ஆட்களுடைய பேர்களை அடிக்கடிச் சொல்வார். பொதுவாக நண்பர்களைப் பற்றிச் சொல்கிற வழக்கமில்லை. பி.எஸ். ராமையா, சி.சு. செல்லப்பா, க.நா.சு. இவர்களைப் பற்றி எல்லாம் நான் கேட்டுத்தான் சொல்வரேயொழிய அவராக விருப்பத்தோடு சொன்னதில்லை. அவர்களெல்லாம் அவர் மனசில் எதிர்நிலையில்தான் இருக்கிறார்கள். தனக்குச் சாதகமாக உணர்வுப்பூர்வமாக ஒட்டி இருக்கக்கூடிய பெயர்களைத்தான் அவராகச் சொல்லுவார். அதில் ஒருவர் சிதம்பரம்.

சிதம்பரம், தே.ப. பெருமாள் இவர்கள்தான் கவிக்குயில் நிலையம் உருவாக்கினார்கள். அது பெருமாளுடைய வீட்டில்தான் இருந்தது. நிறையப் புத்தகங்கள் வெளிவந்திருக்கிறது. உதாரணமாக வல்லிக்கண்ணனுடைய சிறுகதைகள் வெளிவந்தது. வல்லிக்கண்ணனுடைய சிறுகதைக்கு ந. பிச்சமூர்த்தி முன்னுரை எழுதியிருக்கார். அதைவிட முக்கியமான விஷயம் என்னவென்றால் *கவிக்குயில்* மலர் என்று வருஷத்துக்கு ஒருமுறை வெளிவரும். அது சிறப்பான முயற்சி. அந்தக் காலகட்டத்தில் உள்ள முக்கியமான பல எழுத்தாளர்களுடைய விஷயங்களை வாங்கித் தொகுத்துப் போடுவார்கள். சிதம்பரத்துக்கு நல்ல பண வசதி இருந்தது. திருவனந்தபுரத்தில் எவ்வளவோ படிக்கும் வசதி இருந்தாலும்கூட அவருடைய அப்பா அவரைத் திருநெல்வேலி கல்லூரியில் கொண்டு சேர்த்திருந்தார். அவருடைய போக்கு அவர் அப்பாவுக்குப் பிடிக்கவில்லை. வெளியூரில் இருந்தால் நன்றாகப் படிப்பான். பழக்க வழக்கங்கள் மேம்படும் என்று நினைத்தார். அந்தச் சமயத்தில் ரகுநாதன், தி.க. சிவசங்கரன் எல்லாருமே சிதம்பரத்தின் நண்பர்களாக இருந்திருக்கிறார்கள். அவருக்குப் புதுமைப்பித்தன் பேரில் மற்றவர்களுக்கு இருந்ததிற்கு ஒரு படி மேலாகவே, பக்தி என்றுகூடச் சொல்லலாம், ஈடுபாடு இருந்திருக்கிறது.

புதுமைப்பித்தனின் மனைவிக்குச் சொந்த ஊர் திருவனந்தபுரம். அவர் அங்கு போகும்போது சிதம்பரம் வீட்டிற்குப் போவது, அங்கு தங்குவது என்பதெல்லாம் சாதாரணமாக நடந்திருக்கிறது. சில படைப்புகள் உருவாவதற்கும் அவர் காரணமாக இருந்திருக்கார். 'மாகாவியம்' என்கிற கவிதையைப் புதுமைப்பித்தன் சொல்லச்சொல்லச் சிதம்பரம் எழுதினார். பாதிவரை ஒரே மூச்சில் எழுதினார். பாக்கியை மறுநாள் எழுதிக் கொடுத்தார் புதுமைப்பித்தன் என்று சிதம்பரம் சொல்லியிருக்கிறார். 'படபடப்பு' என்கிற புதுமைப்பித்தனின் கதை கவிக்குயில் மலரில்தான் வெளிவந்தது. அந்தக் கதையும் சிதம்பரம் வீட்டில் வைத்துதான் உருவாகியிருக்கிறது. சிதம்பரம்தான் அதை

எழுதிக்கொடுத்திருக்கிறார். அந்தக் காலத்தில் ரசனைக்கு நல்ல மதிப்பு இருந்தது. சிதம்பரத்திற்குக் கணிசமாகவே ரசனை இருந்திருக்கிறது. நல்ல வாசிப்பு இருந்திருக்கிறது. நல்ல வசதி இருந்திருக்கிறது. எழுத்திலிருந்து வருமானம் தேடணும் என்கிற அவசியமே இல்லை. வாழ்நாள் முழுக்க எழுத்தாளராக இருந்தாலும் அவருடைய அப்பா எதுவும் சொல்ல மாட்டார். வீணாகப் போய்விடாமல் இந்த மட்டில் ஏதோ செய்து கொண்டிருக்கிறானே என்கிற சமாதானத்தில் இருந்தார். ஒரு கட்டத்தில் சிதம்பரம் இவர்களிடமிருந்து விலகிப் போய்விட்டார். இவர்களின் தொடர்பும் பலவீனமாய்விட்டது. *சாந்தி* பத்திரிகை தொடங்கிய சமயத்தில விளம்பரம் கேட்டு வாங்குவதற்கான தொடர்பே இல்லாமலாகிவிட்டது. கம்யூனிஸ்ட் கட்சி என்பதால் யாரும் விரும்பி விளம்பரம் கொடுக்கமாட்டார்கள் இல்லையா?

தொழிற்சங்கங்கள் உறுதிப்பட்ட காலத்தில் விளம்பரங்கள் ஏதாவது கொடுத்திருக்கலாம். அந்தக் காலத்தில் அதெல்லாம் முடியாது. சிதம்பரத்துக்குக் கடிதாசி போட்டார். அவர் பதிலே போடவில்லை. அது பற்றி ஏமாற்றமும் அடையவில்லை. சிதம்பரத்தின் அப்பாவுக்குத் திருவனந்தபுரம் சாலை பஜாரில் நகைக் கடை இருந்தது. வைரமும் வியாபாரம் செய்துவந்தார். அவர்களுடைய தந்தி முகவரிகூட வைரம்தான். அவர் அப்பா நேர்மையான வியாபாரி என்று பேர் வாங்கியிருந்தார். அந்தக் காலத்தில் திருவனந்தபுரத்தில் அவ்வளவு பெரிய கடையே இல்லை. மொத்த திருவாங்கூரிலும் அவருக்கு நல்ல வியாபாரம் இருந்தது. பின்னால்தான் திருச்சூர், கோட்டயம் போன்ற இடங்களில் நகைக் கடைகள் வந்தன. ரகுநாதன் சொன்னார் மாதாமாதம் *சாந்தி*யில் விளம்பரம் போட்டுவிடலாம். கடைசியில் சண்டை போட்டு வாங்கிவிடுவேன் என்று. இவ்வளவு உறுதியாக நம்புகிறாரே என்று எனக்குச் சந்தேகமாக இருந்தது. ஜேசுதாஸன் கம்பராமாயணம் பற்றிப் பேசுவதற்கு ரகுநாதனைக் கூப்பிட்ட சமயத்தில் நாங்கள் இருவருமே சிதம்பரம் வீட்டில்தான் தங்கியிருந்தோம். அந்தச் சமயத்தில் சிதம்பரத்திடம் கேட்டு அவர் கொடுத்திருக்கலாம். சும்மா அடையாளமாகத்தான் அந்த விளம்பரத்தைப் போட்டார். ஈடுபாடுகள் சார்ந்து சிதம்பரம் கணிசமாகக் கொடுக்கக்கூடியவர்தான். எந்த அளவுக்கு அவருக்குக் கிடைத்தது என்பது எனக்குத் தெரியாது. யோசித்துப்பார்க்கிற சமயத்தில் கடைசியில் புதுமைப்பித்தன் இறந்து போகிற சமயத்தில சிதம்பரம் அவருக்குத் தந்தி கொடுக்கிறது, கடிதாசி எழுதறது போன்ற காரியங்கள் நடந்திருக்கு. ரகுநாதன் புதுமைப்பித்தன் இறந்துபோனதற்கு வரவில்லை. அதுக்குப் பின்னால் அவரை ரகுநாதன் சந்தித்தது நானும் அவருமாகச் சந்தித்ததுதான். அதற்கு

நடுவில் சந்தித்தாரா என்பதெல்லாம் எனக்குத் தெரியாது. சிதம்பரத்தோடு வாழ்க்கையிலும் பல துக்ககரமான காரியங்கள் நடந்து ரொம்ப சோகமாக முடிந்து போச்சு.

பல சந்தர்ப்பங்களில் ரகுநாதனோடு இணைந்து கூட்டங்களுக்குப் போவது என்று இருந்தது. அதுபோல ஒருதடவை *சாந்தி* பத்திரிகைக்கு ஆதரவு திரட்டணும் என்பதற்காகத் திருநெல்வேலி ஜில்லாவில் இரண்டு மூணு இடங்களுக்குப் போனார். ஒன்றிரண்டு பேர் ஜெயித்து எம்.எல்.ஏக்களாக இருக்கிறார்கள். அவர்களைப் பார்ப்பதற்காக அவருடன் நானும் போனேன். அப்போது இரண்டு மூன்று நாட்கள் சேர்ந்து பிரயாணம் செய்தோம். அந்தக் காலத்தில பிரபலமாக இருந்த கம்யூனிஸ்ட் தலைவர் – கிராமத்தில் இருந்தவர் – அவர் பேரை மறந்துவிட்டேன் – பின்னால் ஞாபகப்படுத்திச் சொல்ல முடியும் – அவருக்கு இலக்கிய ஈடுபாடு கிடையாது. தோரணை உள்ளவர். ஜமீந்தார் மாதிரி இருந்தவர். கம்யூனிஸ்ட் கட்சிக்கு ஆதரவாகக் காற்று வீசுகிறது எனத் தெரிந்து அபேட்சகராக நின்று ஜெயிச்சு வந்தவர் என்கிற தோற்றம் எனக்கு ஏற்பட்டது. அவர் இவரிடம் பாடல்கள், கவிதைகள் எல்லாம் ஒன்றும் புரட்சிகரமாக இல்லையே என்று பந்தாவோடு பேசினார். எப்படியும் கம்யூனிஸ்ட் கட்சிகள் அந்தக் காலகட்டத்தில் எப்படி ஆசைப்பட்டதோ அதிலிருந்து பல கூறுகள் ரகுநாதனின் புத்தகத்தில் வித்தியாசமாகத்தான் இருந்தன. புரட்சிகரமான பார்வைகள், கலைநயமில்லாத எழுத்துகளெல்லாம் அவர் அதிகமாக வெளியிடவே இல்லை. அதெல்லாம் அடையாளமாக வைத்துக்கொண்டிருக்கிறதாலேயும் இலக்கியத்தில ஈடுபாடு இல்லாததாலேயும் அந்த அடையாளங்களை வெளிப்படையாக இதழ்களில் பார்க்க முடியலையே என்று அவர் சொன்னார். இலக்கியரீதியாக விளக்கினால் அவருக்குப் புரியாதென்பதால் ரகுநாதன் பேசாமல் இருந்துவிட்டார். பல சமயங்களில் பார்த்திருக்கிறேன் – ரகுநாதன் ஒரு காரியத்தை முடிப்பதற்காகப் போகும்போது சாமர்த்தியம் என்பதே வெளியாகாது. அது அவரிடம் இல்லை என்றுதான் நினைக்கிறேன். சாமர்த்தியமாகக் காரியத்தை முடிப்பதற்கான இயல்பே அவருக்குக் கிடையாது. ஆனால் எழுத்தில் துணிவாக, உறுதியாக நன்றாக எழுத முடியும். இருந்தாலும்கூட ஒரு இடத்துக்குப் போய் ஆட்களிடம் பேசி தன்னுடைய பார்வையை அவர்கள் முன்னால் வைத்துக் காரியங்களைத் தொகுத்துச் சொல்லி அந்த விஷயங்களை முடிப்பதற்கான முயற்சி அவரிடம் கிடையாது. அப்படியெல்லாம் முயன்றால்கூட அந்த காரியம் நடக்காமல் இருக்கலாம். கட்சியில் அகடவிகடங்கள் செய்யாமல் ஆத்மார்த்தமாகவே காரியங்கள்

செய்வார்கள். ஆனால் இவர் எதுவுமே கேட்காமல் வாயில்லாப் பூச்சி மாதிரி உட்கார்ந்திருப்பார். தாங்க முடியாத கூச்சம் என்றுதான் நினைக்கிறேன். இயற்கையிலேயே என்னை மாதிரியே அவருக்கு ஒரு ஆளைப்போய்த் தேடிப் பணம் கேட்பது, உதவி கேட்பதிற்கு எதிரான மனோபாவம் வலுவாக இருந்தது. ஆனால் அந்த எம்.எல்.ஏ. வந்து நாவல்களிலெல்லாம் நாம் சொல்ல விரும்பும் விதமான ஒரு கேரக்டர். அவருடைய விமர்சனத்தை எங்கே முடித்தார் என்றால், "புரட்சிக் கனல், புரட்சித் தீ, தீப்பந்தம் அப்படி எதாவது பேர வச்சிருக்கியா. சாந்தின்னு பேர வச்சுருக்கே" என்று விமர்சனத்துக்கு நடுவில் சொன்னார். சாந்தி சாந்தி ஓம் சாந்தினெல்லாம் பெரிய தோரணையில் சொன்னார். அதையும் கேட்டு ரகுநாதன் சிரித்துக்கொண்டுதான் இருந்தார்.

தன்னுடைய இயலாமை அல்ல புத்தகம் அந்தத் தன்மையிலிருக்கு அப்படின்னு சொல்ல விரும்பினார் என நினைத்தேன். இந்த எம்.எல்.ஏ. இருந்த சாத்தான்குளத்தில் ராகவன் என்கிற கம்யூனிஸ்ட் இருந்தார். அவர் கம்யூனிஸ்ட் அனுதாபியாக மாறுவதற்கு முன்னால் ரொம்ப தீவீரமாகப் பெரியாருடைய சிஷ்யராக இருந்தவர். அவர் பின்னால் முக்கியமான தமிழ்ப் புத்தகங்களெல்லாம் வெளியிட்டுருக்கிறார். முக்கியமான செய்திகளெல்லாம் திரட்டிக் கொடுத்திருக்கார். அவரைப் பார்த்தார். அவரிடமும் பெரிய வரவேற்பில்லை. தென்காசிப் பக்கம்போய் ஒன்றிரண்டு ஆளைப் பார்த்தது, அதிகமும் ரயில்வே ஸ்டேஷனுக்கு நடந்து போனது ஞாபகம் இருக்கிறது. ஒருதடவை பெட்டியைத் தூக்க முடியவில்லை. ஒரு பையனிடம் பேசித் தூக்க வைத்தேன். அதெல்லாங்கூட அவரைவிட நன்றாகச் செய்யக் கூடிய அளவுக்கு நான் இருந்தேன். எனக்கே இந்த விஷயங்களைச் சுத்தமாகச் செய்யத் தெரியாது. அவர் இன்னுங்கூட நம்பிக்கையே இல்லாமல் நின்றுகொண்டிருப்பார். அந்த நபரிடம் பெட்டியைக் கொடுத்து ரயில்வே ஸ்டேஷனில் கொண்டு தரும்படி சொன்னோம். அவன் வேகமாகப் போய்க் கொண்டிருந்தார். அவன் கண்ணிலிருந்து மறைந்ததும் ரகுநாதன் ரொம்பப் பதறிவிட்டார். கிராமத்துப் பையன் பெட்டியைத் தூக்கிக்கொண்டு ஓடிவிடுவான் என்கிற எண்ணம் எனக்கு ஏற்படவே இல்லை. ஸ்டேஷனுக்குப் போனதும் அவன் அங்கு நின்றுகொண்டிருக்கான். அவன் அங்கு வந்து வெகு நேரமாகிவிட்டது.

அன்று மனசில் பதிந்த பதிவுதான் 'ஜே.ஜே. சில குறிப்புக'ளில் வருகிறது. ஆனால் முல்லைக்கல் கதாபாத்திரத்திற்கும் ரகுநாதனுக்கும் சம்பந்தமே கிடையாது. அதோடு ரகுநாதனை

இணைத்துப்பார்க்கவே முடியாது. ஏனென்றால் அவர் மாறுபட்ட போக்குள்ளவர். அந்தக் குறிப்பிட்ட சம்பவம் நாவலில் வருகிறது. இந்த மாதிரி பல்வேறு விஷயங்கள் மனதில் பதிந்து அவ்வப்போது கதைகளிலோ படைப்புகளிலோ வருகிறது. மனசுக்குள்ள ஆழமான விஷயங்களை உருவாக்கிறது.

திருநெல்வேலி வருவதுவரை எதுவுமே பேசவில்லை. எங்கள் பயணமே பெரிய தோல்வி என்று பேசிக்கொள்வதற்கு எங்களுக்கே கூச்சமாக இருந்தது. கிளம்பும்போதே தெரியும். ரகுநாதனுக்குத் தெரியுமா என்பது தெரியாது. அவர் தன்னையே ஏமாற்றிக் கொள்ளக்கூடிய விஷயமாக நாலைந்து பேரைப் போய்ப் பார்த்தோம். அப்போதுகூடக் கட்சித் தோழர்களுக்கு இது குறித்துத் தெரிவிக்கிறது. “இப்போ ரகுநாதன் வரார். பார்த்து பேசுங்க, ஏதாவது செய்ய முடியுமானால் செய்யுங்க” என்று முன் ஏற்பாடு ஏதும் நடக்கவில்லை. தனிமரமாகத்தான் இருக்கிறார். அந்தக் காலகட்டத்தில் ஜீவாவுக்குக்கூட ரகுநாதனோடு தொடர்பு கிடையாது. ஜீவாவின் மனசுக்குள்ள ரகுநாதன் என்கிற பேரே இல்ல. கலை இலக்கியப் பெருமன்றம் உருவாவதற்கு முன்பா, பின்னாடியா எனத் தெரியவில்லை. அப்போதுதான் ரகுநாதனுக்கு ஜீவாவுடன் தொடர்பு வலுப்படுகிறது.

சாந்தி பத்திரிகை பலவீனமாக இருக்கிறது. அதற்கு ஆதரவு திரட்டி உயிரூட்ட வேண்டும். கூடுதல் பணம் தேவைப்படும். ஆனால் அது வெற்றி அடையவில்லை. பலவிதமாக முயன்றிருக்கலாம். எனக்கு ஞாபகத்துக்கு வரவில்லை. *சாந்தி* நின்றுபோனாலும் அவருடனான தொடர்பு கொஞ்சங்கூட விட்டுப்போகவில்லை. *சாந்தி* பத்திரிகை இல்லாததால் எழுத்துக்குப் பெரிய இடைவெளி வந்துவிட்டது. அவருக்கும் எழுதுவதற்கான வாய்ப்பில்லை. அவருக்கு வ. விஜயபாஸ்கரனோடு தொடர்புண்டு. சென்னையிலிருந்த காலத்தில் அவருக்குச் சில ஆட்களோடு நெருக்கமான தொடர்புண்டு. சென்னையிலுள்ள நண்பர்கள் பற்றி என்னிடம் பல சம்பவங்கள், சில விஷயங்கள் பற்றியும் சொல்லியிருக்கிறார். அதிலொருவர் திருலோக சீதாராம். சீதாரமுக்கு ரகுநாதன் பேரில் அசாத்தியமான பாராட்டுணர்வு இருந்தது. அது எப்படித் தெரிந்தது என்றால் காரைக்குடி கம்பன் விழாவுக்கு நாங்கள் போகிற சமயத்தில் திருச்சியிலிருந்து திருலோக சீதாராமும் தவறாமல் வருவார். திருச்சியிலிருந்து காரைக்குடி பக்கம்தான். அங்கு திட்டவட்டமாகக் கவியரங்கம் இருக்கும். இந்தக் கவியரங்கம், பட்டிமன்றம் எல்லாம் தமிழ்நாட்டில் பிரபலப்படுத்தியது சா. கணேசன்தான். பட்டிமன்றம் என்கிற விஷயமே அதற்கு முன்னால் இருந்ததா எனத் தெரியவில்லை.

அவர்தான் கம்பனைப் பற்றிய பட்டிமன்றம் உருவாக்கினார். பங்கெடுத்தவர்கள் எல்லாம் கம்பனைக் கற்றறிருந்த அறிஞர்கள்.

ஒரு கட்சியின் தலைவர் எஸ். ராமகிருஷ்ணன். எதிர்க்கட்சி தலைவராக அ. சீநிவாசராகவன் இருப்பார். ராமகிருஷ்ணன் ரொம்ப அளவுக்கு உழைப்பாளி என்கிறதால் எக்கச்சக்கமாகக் கம்பராமாயணத்த ஹோம் ஒர்க் செய்து பெரிய போர் வீரனைப் போலக் காட்சி அளித்தார். எஸ். ராமகிருஷ்ணன் கட்சியில் முக்கியமான ஆள். அவரை பற்றி நான் பல இடங்களில் குறிப்பிட்டிருக்கிறேன். முக்கியமாக அவர் மொழிபெயர்த்த *இன்றைய இந்தியா* என்கிற புத்தகம் என்னை ரொம்பளவுக்குப் பாதித்த புத்தகம் என்று பல இடங்களில் குறிப்பிட்டிருக்கிறேன். ரஜினி பாமி தத் என்பவர் பிரிட்டிஷ் கம்யூனிஸ்ட் கட்சியிலிருந்து இந்தியாவில் கம்யூனிஸ்ட் கட்சியை உருவாக்க வந்தவர். அவரை ராமகிருஷ்ணன் சின்ன வயசில் சிறையில் இருக்கும்போது மொழிபெயர்த்திருக்கிறார். அசகாயசூரர் என்று சொல்வார்களே அந்த வகையைச் சேர்ந்தவர். மொழிபெயர்ப்பு செய்வார். மேடையில் ரொம்ப நன்றாகச் சரளமாகப் பேசுவார். ஆங்கிலத்திலிருந்து மொழிபெயர்ப்பதில் மகா கெட்டிக்காரர். எனக்கும் அவருக்கும் நல்ல தொடர்பு இருந்தது. என்னைவிடக் கூடுதலான தொடர்பு ரகுநாதனுக்கு இருந்தது. காரைக்குடி கம்பன் விழாவில்தான் ம.பொ.சி, அகிலன், திருலோக சீதாராம் எனப் பல முக்கியமான அறிஞர்களைப் பார்த்தேன். துறைவன் ஆல் இண்டியா திருச்சி ரேடியோ ஸ்டஷனில் வேலை பார்த்துக்கொண்டிருந்தார். டேப் ரிக்கார்டர் அது இதெல்லாம் எடுத்துக்கொண்டு வருவார்கள். சா. கணேசன் வீட்டின் அறையிலிருந்து ஜன்னல் வழியாகப் பார்த்துக்கொண்டே ரெக்கார்டு செய்வார்கள். அவரும் ரகுநாதனும் கல்லூரியில் இணைந்து படித்தவர்கள். ரகுநாதனுக்கு நெருக்கமான நண்பர். எங்களூர் ரேடியோ ஸ்டேஷனில் வேலை பார்த்தார். எனக்கும் துறைவனுக்கும் நல்ல பழக்கம் ஏற்பட்டது.

நண்பர் கிருஷ்ணனிடம் நெய்தல் அமைப்பின் முதல் கூட்டத்தில் பாரதியைப் பற்றிப் பேச ரகுநாதனை அழைக்கலா மென்று சொன்னேன். அவரும் ஒத்துக்கொண்டார். ரகுநாதன் வந்து பேசினார். அப்போது அவருக்கு ஓரளவுக்கு வயசாகிவிட்டது. அந்தக் கூட்டத்துக்குக்கூடத் துறைவன் வந்து முன் சீட்டில் அமர்ந்து அவருடைய பேச்சை ரசித்துக்கொண்டிருந்தார். ராய. சொ. என்று ஒருவர். பெரிய அறிஞர். கவிமணியின் கவிதை பிசுரமான *குமரன்* பத்திரிகையின் ஆசிரியர் சொ. முருகப்பா. இவர் கம்பராமாயணத்தில் ஆழ்ந்த ஈடுபாடு

உடையவர்; நாத்திகர். இந்தக் கலவை அவரிடம் இருக்கிறது. பெரியார் பேரில் மதிப்புள்ளவர்.

ரகுநாதன் ராஜாஜி பக்தர் இல்லாதது மட்டுமல்ல, ராஜாஜியைக் கடுமையாக விமர்சிக்கக் கூடியவர் என்பது தெரியும். சின்ன வயசில் அவரைப் பார்த்துப் பழகியிருக்கார். திறமையான பையன் நம் வட்டத்தில் இருக்க வேண்டும் என்று ஆசையாகக் கூப்பிட்டிருக்கிறார். ஒருவிதத்தில் காரைக்குடி சா. கணேசன் டி.கே.சி. வட்டத்தைச் சேர்ந்தவர்தான். தவறாமல் அந்த விழாவுக்கு டி.கே.சி. வந்து பேசியிருக்கிறார். பெரிய பாரம்பர்யம் அந்தக் கூட்டத்துக்கு இருந்திருக்கிறது. நாங்கள் போகிற சமயத்தில் டி.கே.சி. காலமாகிவிட்டார். ராஜாஜி பேசியிருக்கிறார். கல்கி இருக்கிற காலம் வரையும் வந்து பேசியிருக்கிறார். ஜீவா அந்தச் சமயத்தில் இரண்டு கூட்டங்களில் பேசி பேர் வாங்கியிருக்கார். ஏனென்றால் கட்சிக் கூட்டங்களில் பேசிக் கட்சிக்காரர்கள் சிறப்பாகப் பேசுவதாகப் பாராட்டியிருக்கிறார்கள்.

எட்டயபுரத்தில் பாரதி விழாவில் பேசியதும் காரைக்குடி கம்பன் விழாவில் கம்பனைப் பற்றிப் பேசியதும் எல்லாவிதமான படைப்பாளிகளும் பாரதியிடம் ஈடுபாடுள்ளவர்களும் கம்பனிடம் ஈடுபாடுள்ளவர்களும் ரொம்ப உயர்வாகச் சொல்லக்கூடிய அளவுக்கு ஜீவாவின் பேச்சு அற்புதமாக அமைந்தது. அதற்குப் பிற்பாடுதான் ஜீவாவுக்கே இலக்கியத்திலுள்ள செயல்பாடுகளைத் தானும் முனைப்பெடுத்துச் சில விஷயங்கள் செய்யலாம், செய்ய முடியும் என்கிற தன்னம்பிக்கை வந்ததென்று அவருடன் பழகிற சமயத்தில் எனக்குத் தோன்றியது. அவர் தீவீரமான கம்யூனிஸ்ட்டாக இருந்துகொண்டு கம்பனிடமும் ஈடுபாட்டுடன் இருக்கிறாரென்று அவர்களுக்கும் மகிழ்ச்சி.

குறைந்தது மூன்று வருஷங்கள் தொடர்ந்து நான் கம்பன் விழாவுக்குப் போயிருக்கிறேன். ஒரு தடவை நானும் ரகுநாதனும் நம்பியும் சேர்ந்து போயிருக்கிறோம். நம்பிக்கு ரயிலிலிருந்து கண்ணில் கரிப்பொடி விழுந்து – அப்போது ரயிலில் வெளியே எட்டிப் பார்க்கக் கூடாது. ரயிலே அசுத்தமாக ஐம்பது கிலோ மீட்டர் போவதற்குள் உடைகளெல்லாம் கருப்பாகி ஆட்கள் பார்க்க அலங்கோலமா இருப்பார்கள் – அவஸ்தைப்பட்டான். என்னுடன் இருந்தானே தவிர அவன் நிம்மதியாகவே இல்லை.

சா. கணேசனிடம் ரகுநாதன் சொல்லியிருக்க வேண்டும். கணேசனிடம் நான் சொல்லியிருக்கிறேன், உங்களுக்கு அழைப்பு வரும் என்றெல்லாம் சொல்லமாட்டார். பெரிய பெரிய காரியங்களை ரகசியமாகச் செய்துவிட்டு அது பற்றி யாரிடமும்

சொல்லாமல் இருந்துவிடுவார். அவர்தான் சொல்லியிருக்க வேண்டும் என்னைப் பற்றி வேறு யாரும் சொல்லியிருக்க முடியும் என்று நானாக ஊகிக்கிறேனே ஒழிய அவராக என்னிடம் சொல்வது, விளம்பரப்படுத்திக்கொள்வது ஒன்றுமே கிடையாது. இதெல்லாம் என்னை ரொம்பப் பாதித்திருக்கிறது. அதாவது மிக உயர்ந்த எழுத்தாளனுக்கு இந்த மாதிரி குணங்களெல்லாம் இருக்கும் என்றெல்லாம் கற்பனை பண்ணிக்கொண்டிருக்கிறேன். இதை வைத்துக்கொண்டு ஒருத்தனை உயர்வானவன் என்றோ தாழ்வானவன் என்றோ கருத முடியாது. அது வேறு விஷயம். ஆனா எனக்கு அந்த மாதிரி எண்ணம் அப்போது இருந்திருக்கு. சா. கணேசனிடமிருந்து கடிதாசி வந்தது. கடிதாசி வந்ததும் பதறிவிட்டேன்.

என்னைப் பேசக் கூப்பிடுகிறார். நிறைய ஆட்களுடைய பேச்சு கம்பன் மேடையில் காரைக்குடியில நடக்கும். காரைக்குடியிலிருந்து கொஞ்சம் தள்ளி நாட்டரசன்கோட்டை என்ற ஊர். கம்பன் பிறந்த ஊர். அந்த ஊர் கோவில் முன்னால் ஒரு நாள் விவாதம் நடக்கும். அது விழாபோல் பூஜை எல்லாம் நடக்கும். அந்தக் கூட்டத்தில் பேசுவதற்கு என்னைப் போட்டிருந்தார். என்னுடைய பேச்சு சோடை போய்விடக் கூடாதென்று நிறைய ஹோம்ஒர்க் செய்துகொண்டு போயிருந்தேன். ரகுநாதன் தவறான ஆளை சிபாரிசு செய்துவிட்டார் என்ற எண்ணம் சா. கணேசனுக்கு ஏற்பட்டுவிடக் கூடாது என்றெல்லாம் நினைத்துக்கொண்டு போனேன். அந்தப் பேச்சு நன்றாக அமைந்தது. அழைப்பிதழ் கிடைத்ததும் நான் திருநெல்வேலி கிளம்பிப் போனேன். அழைப்பிதழ் வந்ததை ரகுநாதனிடம் காட்டினேன். என்னுடைய பதற்றம் அவருக்குத் தெரிந்தது. அவர் என்ன சொன்னார் என்றால் இது பதற வேண்டிய விஷயம் ஒன்றுமில்லை. கட்டுரை தயாரிப்பதற்காக விருத்தங்கள் படித்தால் உங்களுக்கே அபிப்பிராயம் தெரியும். நாங்களெல்லாம் உதவிசெய்ய வேண்டிய அவசியமில்லை என்று சொல்லி லேசாகச் சொல்லிக் கொடுத்தார். ஆளுக்கு அவர்களுக்கு ஒரு பங்கில்லாமல் உதவிசெய்ய மாட்டார். எந்தக் காலத்திலும் இந்த மாதிரி உதவிகேட்டு வருபவர்களுக்கு ஆலோசனை கூறி நீங்கள்தான் அந்தக் காரியத்தைச் செய்ய வேண்டும் என்று சொல்லி அனுப்பிவிடுவர். அப்படி அவர் செய்வது எனக்கு ரொம்பப் பிடித்திருந்தது. அவரே சொல்லிக் கொடுத்து நீ செய்த மாதிரியான எண்ணத்தை உருவாக்குவது அதிலெல்லாம் விருப்பமே இல்லாதவர். அங்கே அகிலனைப் பார்த்தேன். “இவர்தான் சுந்தர ராமசாமி” என்று ரகுநாதன் அறுமுகப்படுத்தினார். “தெரியுமே சாந்தி பத்திரிகையில எழுதக் கூடியவர்தானே. படிச்சிருக்கேனே” என்று சொல்லிப்

பொதுவாக உற்சாகப்படுத்தினார். "தொடந்து எழுதுங்கோ" என்று மூத்த எழுத்தாளர்கள் ஆரம்ப எழுத்தாளர்களுக்குக் கூறும் அறிவுரையாகச் சொன்னார். இரண்டாவதாக "நீங்க என்ன செய்திட்டு இருக்கீங்க" எனக் கேட்டார்.

ரகுநாதன் வந்து அந்தந்த நேரங்களில சொல்வதற்கான ஜோடனையான வார்த்தைகளை அடிக்கடிப் பயன்படுத்துவார். இன்னொரு சுபாவம் அவரது வாழ்க்கையில் நடந்த ருசிகரமான சம்பவங்களை அவரறியாமலே திரும்பத் திரும்பச் சொல்வார். அந்த நேரத்திலெல்லாம் அவருடைய சின்னப் பதில்கள் அதே வாக்கியத்தில் திரும்ப வரும்.

முக்கியமாக ஒரு ஆள் தனக்கு எதிராகப் பேசிய உடனே எதிர் அம்பு செலுத்துவதில்தான் ஆரம்பிக்கும். இந்த வசீகரம் ரகுநாதனுக்குப் புதுமைப்பித்தனிடமிருந்து வந்தது. அந்த வசீகரம் இருக்கிறதனாலேதான் புதுமைப்பித்தன் மலரில்கூட இந்த விஷயங்களைத் தொகுத்துக் கொடுக்கிறார். உண்மையாக ஆட்கள் வந்து என்ன சொல்லுவார்கள் என்றால் அவர் உண்மையாகப் பேசுவார் எனச் சொல்லிவிட்டிருப்பார்கள். உதாரணம் கொடுத்திருக்க மாட்டார்கள். ஞாபகங்கள் இருக்கிற அளவுக்கு, உதாரணம் கொடுத்து, அந்த இயல்பு தன்னிடம் இருக்கிறது என்பது அவருக்குத் தேவையாக இருந்தது. ஆனால் புதுமைப்பித்தன் அளவுக்கு அவருக்கு இல்லை என்றுதான் எனக்குத் தோன்றியது.

அகிலன் கேட்டவுடனே, "இவருக்கு வாழ்க்கை இலக்கியம். பேருக்கு ஜவுளிக்கடை" அப்படின்னார். இதெல்லாம் என்னை எரிச்சலூட்டின. நான் அவரிடம் பாராட்டு உணர்வோடு இருக்கிற சமயத்தில் அவர் இலக்கியத்தில் ஈடுபாடோடு இருக்கிறார். அவருக்குக் கடையும் பார்க்க வேண்டி வரது அப்படின்னு சொல்லிச் சாதாரண வாக்கியமாக்காமல் இந்த மாதிரி செய்தாரே அப்படின்னுதான் இருந்தது.

புதுமைப்பித்தனுடைய வாரிசு. புதுமைப்பித்தன் வலுவாக எரிச்சலூட்டுவார். ரகுநாதனுக்கு அந்த விஷயம் ரொம்ப கவர்ச்சிகரமாக இருந்திருக்கிறது. ரகுநாதனுக்கு ரொம்பச் சந்தோஷத்தைக் கொடுத்த விஷயம். விஷமம் பண்ணினவர்கள் மண்டையிலெல்லாம் ஒரு போடு போடுவார் அவர். அதெல்லாம் என் ஞாபகத்தில் இருக்கிறது.

நாட்டரசன்கோட்டைக்கு மாலை ஐந்து மணிக்கு மேலேதான் கூட்டிப் போனார்கள். "ஆறு மணிக்குப் பேசணும்.

காலை நிகழ்ச்சி முடிந்தவுடனே அந்தப் பேச்சைத் திரும்பப் பார்க்கணும்" என்று சொல்லிப் போனேன். பதற்றமாக இருந்தேன். ரகுநாதனும் நம்பியும் கம்பராமாயணக் கூட்டத்திலேயே இருந்தார்கள். "ராமசாமி ஒரு தூக்கம் போட்டுட்டு வருவார்" என்று ரகுநாதன் சொல்லியிருக்கிறார். "அப்படியில்ல. நேரம் முழுக்க அவர் இதைத்தான் பார்த்துக்கொண்டிருப்பார்" என்று நம்பி சொன்னானாம்.

"என்னப்ப நீங்க?" என்றிருக்கிறார் ரகுநாதன்.

"இவருக்கு ஆட்கள மதிக்கிறதுல பலவீனம் இருக்கிறது. ஒரு ஆள் எந்த விதமானவர் என்று அவரால யூகிக்க முடியல" என்று நம்பி சொன்னான்.

இந்த விஷயம் ஞாபகத்தில் இருக்கிறது. கம்பர் விழாவுக்குப் போயிருந்தபோதுதான் ரொம்ப நாளைக்குப் பிறகு – திருநெல்வேலி யில் பார்த்துப் பழகிய பிறகு – ஜி. நாகராஜனைப் பார்த்தேன்.

அப்போது ரகுநாதனுக்கும் நாகராஜனுக்கும் நல்ல நட்பிருந்தது. இப்படியான அனுபவங்கள் எங்களுக்கு இன்பம் தரக்கூடியதாக இருந்தது. அதனால் வீட்டில் சில பிரச்சினைகளும் இருந்தன. சில சமயங்களில் வீட்டின் பேச்சை மதிக்காமல் கண்டபடி சுற்றுகிறது, அது என்னைச் சங்கடப்படுத்துவது என்கிற மாதிரியான காரியங்களும் நடந்திருக்கின்றன.

இதே மாதிரி நானும் ரகுநாதனும் 1959இல் சென்னையில் நடந்த அகில இந்திய எழுத்தாளர் மாநாட்டுக்குப் போனோம். அந்த மாநாட்டில்தான் கைலாசபதியை முதன்முதலாகப் பார்த்தேன். நான் ஏற்கனவே ரகுநாதன்தான் புதுமையைப் பின்பற்றக்கூடியவராக இருக்கிறார். அவர்தான் சில புதுமையான பார்வை கொண்டவராக இருக்கிறார். மார்க்சியம் சார்ந்த பார்வையை இலக்கியத்தின் மீது போட்டுச் சில விளக்கங்கள் சொல்கிறார். அப்படி விளக்கங்கள் சொல்வதினால் இதுவரை வெளிவராத சில விவரங்கள் வெளிவருகிறது. அந்த விஷயத்தில் வெகுதூரம் போக வேண்டும் என நினைக்கிறார் என்பதில் எனக்குப் பாராட்டு உணர்வு இருந்தது. அந்த அபிப்ராயங்களைப் பற்றி மதிப்பீடு சொல்வதற்கு எனக்கு என்ன தகுதி இருக்கிறது என்கிற அபிப்பிராயமும் இருந்தது.

கைலாசபதியைப் பற்றி வயசில் சிறியவரானாலும் பெரிய அறிஞர் என்கிற ரொம்ப உயர்வான அபிப்ராயம் ரகுநாதனுக்கு. ஒரு தடவை கைலாசபதி அழைத்து ரகுநாதன் இலங்கை போனார்.

அவருடைய பேச்சுப் புலமை அவருடைய ஒரு திறந்த அபிப்ராயங்களை அவர் சொல்வது எல்லாம் மார்க்ஸிஸ்ட் கட்சி ஆட்களுக்கு, முக்கியமாக முற்போக்கு எழுத்தாளர்களுக்கு ரொம்பளவுக்கு உவப்பாக இருந்திருக்கிறது.

அப்போது கைலாசபதி ஒரு பெரிய பேச்சாளராகவில்லை. ரகுநாதனளவுக்கு ஒரு படிமம் உருவாகவில்லை. ஒருமுறை கைலாசபதி என்னிடம் சொன்னார், "இவர்தான் இந்தப் பார்வையை உருவாக்குகிறார். அதற்கு முன்னால் இந்தப் பார்வை தமிழ்நாட்டிலோ யாழ்ப்பாணத்திலோ இல்லை" என்று. ஆனால் கைலாசபதியுடைய ஆராய்ச்சிக் கட்டுரைகளில் எந்தளவுக்குச் சமநிலை இருக்கோ அந்தளவுக்கு ரகுநாதனின் கட்டுரைகளில் சமநிலை இல்லை என்றுதான் சொல்ல வேண்டும். எதைப் பற்றிச் சொன்னாலும் இன்னொரு பகுதியைச் சொல்வதை விட்டுவிட்டுத் தன்னுடைய case க்கு அழுத்தம் கொடுத்துப் பேசுகிறார். நிறையப் படித்த ஆட்களுக்கு இதைப் பற்றிய விமர்சனம் இருந்தால்கூட எம்.ஏ. நுஃமான்தான் வெளிப்படையான விமர்சனமாக எழுதுகிறார். நுஃமான் ஒரு அறிஞர்தான். ரகுநாதன் அதைப் படித்தாரா, என்ன நினைத்தார் என்பதெல்லாம் தெரியவில்லை.

எழுத்தாளர் மாநாட்டில்தான் முதன்முதலாகக் கைலாசபதியைப் பார்த்தோம். நான், ரகுநாதன், நம்பி, கைலாசபதி ஒன்றாக இருந்தோம். சில சமயங்களில் ரகுநாதன் வேறு நண்பர்களுடன் சம்பந்தப்பட்டுக்கொண்டிருப்பார். ஈழத்து எழுத்தாளர்களை அவருக்குத் தெரியும்.

அதில் ஒரு அம்மா கோகிலம் சுப்பையா. அவங்க ஒரு நாவல் எழுதியிருந்தாங்க. அந்த நாவல் இடதுசாரி எழுத்தாளர்களுக்கெல்லாம் ரொம்பப் பிடித்திருந்தது. படித்துப் பார்த்தபோது எனக்கு ஏமாற்றமாக இருந்தது. எனக்கு அவர் படைப்பில் ஆர்வமே ஏற்படவில்லை. முக்கியமாக ரகுநாதனோடு அந்தம்மா நெருக்கமாகப் பழகிட்டிருந்தார்.

நானும் நம்பியும் அழகிரிசாமியோடு நிறைய நேரங்கள் இருந்தோம். கு. அழகிரிசாமி காலையில் வந்தால் இரவுவரை இருப்பார். ஏனென்றால் காலை ஆகாரம், மதிய சாப்பாட்டுக் கெல்லாம் க.நா.சு., கொடுமுடி ராஜகோபால் – க.நா.சு. பற்றிச் சொல்கிற சமயத்தில் இவரைப் பற்றிச் சொல்லியிருக் கிறேன் – சோ. சிவபாத சுந்தரம் மூன்று பேரும் செயலாளர்கள். அவர்கள் சேர்ந்து பெரியளவில் ஏற்பாடு செய்திருந்தார்கள். அதனால் எந்த விதமான பிரச்சினையும் இல்லாமல் நாங்கள்

பேசிக்கொண்டிருப்போம். மௌனியைப் பார்த்தேன். ந. பிச்சமூர்த்தி மாநாட்டுக்கு வரவேயில்லை. தி. ஜானகிராமன், பி.எஸ். ராமையா போன்ற ஏகப்பட்ட எழுத்தாளர்களைப் பார்த்தோம்.

அந்த மாநாட்டில் க.நா.சு. ரகுநாதனுக்குக் கட்டுரை படிக்கக் கொடுத்திருந்தார். க.நா.சு. பேரில் தொடர்ந்து ரகுநாதனுக்குக் கோபமும் விமர்சனமும் இருந்தாலும்கூடக் க.நா.சுவுக்கு இவர் பேரில் அதே மாதிரியான கோபமோ விமர்சனமோ இருந்த மாதிரி உணர்ந்ததில்லை. ஒரு சந்தர்ப்பத்தில்கூட மட்டந்தட்டிப் பேசினதே இல்லை. சில சமயங்களில் பாராட்டிப் பேசியிருக்கிறார். சின்ன வயசிலேயே ரொம்ப நன்றாக எழுத ஆரம்பித்தார். அவருடைய போக்கில் நம்பிக்கை இல்லை. அது சம்பந்தமான விஷயங்களைச் சொல்வாரேயொழிய மற்றபடி ஜெனரஸாகத்தான் இருப்பார். இரண்டாவது புதுமைப்பித்தன் வாழ்க்கை வரலாற்றை ரகுநாதன் உருவாக்கியதில் ரொம்பப் பேருக்கு விமர்சனம் உண்டு. உதாரணமாகப் புதுமைப்பித்தனுடன் பழகியவர்கள் சி.சு.செல்லப்பா, பி.எஸ். ராமையா முக்கியமாக கி.ரா. – கி. ராஜநாராயனன் இல்லை – கி. ராமச்சந்திரன் போன்றோருக்கு. நெருக்கமாகப் பழகியதால் தங்களுக்கு இன்னும் நிறையத் தெரியும்; தங்களுக்குள்ள அவகாசத்தை ரகுநாதன் வாங்கிக்கொண்டு செய்தார் என்கிற உணர்வு இருந்ததாக ரகுநாதனும் சொல்லியிருக்கார். அவர்களிடமும் அந்த உணர்வைப் பார்த்திருக்கிறேன். செல்லப்பா சொல்வார், “அவருக்கு என்ன தெரியும் ஒன்பது மாதம் அல்லது பத்து மாதந்தானே பழகியிருக்கார்” என்று. க.நா.சு. இதுமாதிரி புகார் செய்ததே இல்லை.

இருந்தாலும் க.நா.சு. பற்றி ரகுநாதனுக்கு ரொம்பக் கோபமாகத்தான் இருந்தார். க.நா.சு. பற்றி விமர்சனமாகக் கவிதை எழுதினார், வயதுக்கு மதிப்பு கொடுக்காமல். இதை எல்லாம் க.நா.சு. பொருட்படுத்தக்கூடிய ஆளே இல்லை. காங்கிரஸ் ஆஃப் கல்ச்சுரல் ஃப்ரீடம் என்கிற அமைப்போடு க.நா.சுக்கு இணைப்பிருந்தது. அதைப்பற்றி விமர்சனமாகச் சொல்லியிருக்கார். எதற்குச் சொல்றேன்னா அவருக்கும் இவருக்கும் என்ன உறவு இருந்ததென்று மட்டுமே பார்த்தோம்னா ரகுநாதனுக்கு அவர் இந்தச் சந்தர்ப்பத்தைக் கொடுக்க வேண்டிய அவசியமே இல்லை. அவர் வேறு ஆளுக்குக் கொடுத்திருக்கலாம். ஆனால் ரகுநாதனுக்குக் கொடுத்தார். ரகுநாதன் அந்தக் கட்டுரையைப் படித்தார்.

அந்தச் சபையில நான், நம்பி, கைலாசபதி, வேறு பல எழுத்தாளர்கள் வடநாட்டு எழுத்தாளர்கள் எல்லாரும் இருந்தோம். கட்டுரை பற்றிப் பல அபிப்ராயங்கள் இருந்தது. ஒன்றிரண்டு சின்னக் கேள்வி கேட்டார்கள். அதற்கு மட்டும் பதில் சொன்னார்.

கைலாசபதி பல கூட்டத்தில் விவாதங்களில் கலந்து கொள்கிறார். அவருக்கும் பேப்பர் இருந்தது. மற்ற கூட்டங்களிலும் சரளமாகக் கலந்துகொண்டார். ஆங்கிலத்திலும் தமிழிலும் நடந்த விவாதங்களில் மாறிமாறிக் கலந்துகொண்டார். ரொம்பப் பேருக்கு இவர் முக்கியமான ஆள் என்கிற எண்ணம் ஏற்படும்படியான சந்தர்ப்பம் அமைந்தது. 1959 வாக்கில் புதுக்கவிதை சம்பந்தமாக எனக்கும் அவருக்கும் தொடர்ந்து பேச்சு நடந்துகொண்டிருந்தது. என்ன சொல்வது? நான் ஒருபக்கம் சொல்வதும் அவர் ஒருபக்கம் சொல்வதும் எமோஷனலான முரண்பாடு என்றுதான் சொல்ல வேண்டும்.

உலகத் தமிழ் மாநாட்டிற்குச் சுமார் முப்பது எழுத்தாளர்களைக் கூட்டிக்கொண்டு கன்யாகுமரியில் இருந்தபோதும் தனியாக வந்து என்னைப் பார்த்துப் பேசிக்கொண்டிருந்துவிட்டுச் சென்றார். அதனால் கோபதாபம் ஒன்றுமில்லை. நிறைய இடைவெளி இருந்ததால் இயற்கையாகவே பழக்கம் குறைந்துவிடுகிறது.

ச.து.சு. யோகியார் இருக்கிறாரே அவர் இரண்டு மூன்று நாட்கள் மாநாட்டில் கலந்துகொண்டார். அவர் ஒருவிதமான பாடகர். அவருடைய கவிதைகள் பற்றி ரகுநாதனுக்கு உயர்வான அபிப்ராயம். அவர் எப்படியோ கெட்டுப்போய்விட்டார் என்று ரகுநாதன் சொல்வார். அவருடைய கவிதைகள் துண்டுப் பிரசுரம் மாதிரி வந்திருக்கிறது. அதெல்லாம் ரகுநாதன் வைத்துக்கொண்டிருந்தார். அதை எனக்குப் படித்துக் காட்டுவர். ரொம்ப ரியாக்ஷனரியான மனோபாவம் கொண்டவர் என்பதற்கான தடயங்களையும் சொல்வார். அவரைச் சுற்றி ஒரு சபை கூடிவிட்டது. அவர் வயதானவர். அவருடைய போர்னோகிராபிக் பாடல்கள் நிறையக் கையில் சரக்கு வைத்துக்கொண்டிருந்தார். அவர் யோகி. அவருடைய தோற்றத்துக்கோ ஸ்பிருச்சுவாலிட்டிக்கோ சம்பந்தமே இல்லாமலிருந்தது. சில சமயம் வித்தியாசமான சக்தி உபாசகராக இருக்கலாம். அது எனக்குத் தெரியாது.

அந்தப் பாடல்கள் ரொம்பப் பேருக்கு மிகுந்த சந்தோஷத்தைக் கொடுத்தது. ஜெயகாந்தன் கூட்டத்துக்கு வந்திருந்தார். அந்தப்

பாட்டைக் கேட்பதில் ரகுநாதனுக்கெல்லாம் தாங்க முடியாத சந்தோஷம். அழகிரிசாமிக்குப் பிடிக்கவேயில்லை. வெட்கம் மானம் ஒன்றுமில்லையா என்று வருத்தப்பட்டார். உட்கார்ந்து கேட்கிறார்களே அது இன்னும் மோசமில்லையா எனக்கேட்டார். அவருடைய மனோநிலை வேறு மாதிரி இருந்தது. சின்ன வயசில் அவருக்கு மிகவும் நெருக்கமான நண்பர் அழகிரிசாமிதான். இரண்டு பேருமே கட்சியில் வேலை செய்யும் சமயம் ரகுநாதனின் அற்புதமான தொகுப்புகள் வெளிவந்தன. அதை ஒட்டி அழகிரிசாமியின் தொகுப்பும் அதே மாதிரி அற்புதமாக வெளிவந்தது. அப்படி வெளிவருவதற்கு வை. கோவிந்தன் காரணமானாலும்கூட ரகுநாதனின் செல்வாக்குதான் முக்கியக் காரணமாக இருந்திருக்கலாம் என்று நான் ஊகித்தேன்.

சென்னையில் எனக்கும் அவருக்கும் பலவிதமான தொடர்பு ஏற்பட்டிருந்த நேரத்தில்தான் 1959இல்தான் என்னுடைய சிறுகதைத் தொகுதி வெளிவந்தது. அதற்கு நாலைந்து வருடங்களுக்கு முன்பே என் சிறுகதைகளை அவரிடம் கொடுத்துவிட்டேன். கதைகளைக் கொடுங்கள் என்று அவர்தான் கேட்டார். "இன்ன பிரசுரத்தில் போட்டுவிடலாம்" அப்படியெல்லாம் சொல்ல மாட்டார். அப்படிச் சொல்வதற்கு ஏதோ கூச்சம், தடை இருக்கிறது. பிரசுரத்திற்காகத்தான் கேட்கிறார் என்பது வெளிப்படையாகவே தெரியும். ஒரு வருடம் கழித்து நீங்கள்தான் முன்னுரை எழுதித் தர வேண்டும் என்று ரகுநாதனிடம் கேட்டிருந்தேன். சந்தோஷமாக ஒத்துக்கொண்டார். புத்தகத்தைப் போடுவதற்கான தூண்டுதலை நாம் உருவாக்கக் கூடாது என்பதில் உறுதியாக இருந்தேன். புத்தகம் வெளிவருவதற்கு முன்னே, பின்னே ஆகலாம். கௌரவமாகக் காத்திருந்து புத்தகம் வெளிவரும் சமயம் சந்தோஷமடைந்து கொள்வோம் என்றிருந்தேன்.

சுமார் நான்கு வருடங்கள் முடிந்து ரகுநாதனிடமிருந்து கடிதம் வந்தது, "அகில இந்திய எழுத்தாளர் மாநாடு தொடங்குவதற்கு ஒரு வாரத்திற்கு முன்பே புத்தகம் தயாராகிவிட வேண்டுமென்று ஸ்டார் பிரசுரத்திற்குக் கடிதம் போட்டிருக்கிறேன். அவர்களும் ஒத்துக் கொண்டிருக்கிறார்கள்" என்று எழுதியிருந்தார். அந்த மாநாட்டுக்குப் பல எழுத்தாளர்கள் வருவார்கள். அவர்கள் பார்வைக்கு இந்தப் புத்தகம் வரும் என்கிற யோசனையுடன்தான் சொல்லியிருக்கிறார். மாநாடு சமயம்தான் புத்தகம் வெளிவந்தது. அப்பொழுதுதான் ஸ்டார் பிரசுரத்தில் எனக்கு வரவேற்பு கொடுத்தார்கள். பல எழுத்தாளர்கள் பங்கெடுத்துக் கொண்டார்கள். மாநாட்டுக்கு நாங்கள் ரயிலில் போய்க் கொண்டிருக்கும்பொழுது முன்னுரை எழுதிவிட்டீர்களா என்று கேட்டேன். சிரித்துக்கொண்டே இல்லை என்று சொன்னார்.

"கம்பராமாயணக் கவியரங்கத்திற்கும் கவிதையை எழுதலை. நாளைக்குத்தான் எழுதணும்" என்று சொல்வார். அப்படி நாட்கள் போய்க் கொண்டிருக்கும். சில ஆட்களுக்குப் பதற்றமாக இருக்கும். அவருக்கும் சிறிது பதற்றம் இருக்கலாம்.

ஆனால் கடைசி நிமிஷத்தில் அந்தக் காரியத்தைச் செய்து முடிப்பதில்தான் மகிழ்ச்சி உண்டு. இது புதுமைப்பித்தனிடமிருந்து கிடைத்த பாதிப்பு என்பது என் எண்ணம். அவருக்கு முன்புள்ளவர்கள் கவிதை வாசித்துக் கொண்டிருக்கும்பொழுது மேடையில் உட்கார்ந்து எழுதிக்கொண்டிருப்பார். இது சம்பந்தமான – நிர்ப்பந்தம் காரணமாகத் தேவைப்படுவதுண்டு – மனோபாவத்துடன் பாராட்டுவது எனக்கு உவப்பாக இல்லை. ரகுநாதன் முன்னுரை எழுதப்போவதை அழகிரிசாமியிடம் சொன்னேன். அவர் சுபாவப்படி கடைசி நிமிடம் எழுதினார். பின்னால் முன்னுரை அச்சிற்குப் போனதும் அச்சில் படித்துப் பார்த்தேன். புத்தகம் வெளிவந்ததில் ரகுநாதன், அழகிரிசாமி, க.நா.சு. மூவரும் மகிழ்ச்சி அடைந்தார்கள். மற்றவர்களுக்கு அந்தப் புத்தகம் பற்றித் தெரியாதே.

○

ஐம்பத்தி நான்காவது வருடம் எங்கள் திருமணம் நடந்தது. எனக்கு அப்போது வயது இருபத்தி மூன்று. என் திருமணச் செய்தி திருநெல்வேலி நண்பர்களுக்கெல்லாம் ரொம்ப சந்தோஷத்தைக் கொடுத்த விஷயம். அதுபற்றிய விபரமெல்லாம் கேட்டாங்க, சீர்திருத்தக் கல்யாணமா? அந்த மாதிரியெல்லாம் கேட்டார்கள். அது பெண் வீட்டுக்காரர்கள்தானே தீர்மானிக்க வேண்டும் என்று ரகுநாதன் சொன்னார். அவர் என்ன நினைக்கிறார் என்றால், சில விஷயங்களை வெளிப்படுத்துகிறோமே அது முக்கியமல்ல. ஆத்மார்த்தமாகச் சில விஷயங்களில் நம்பிக்கை வைத்திருக்க வேண்டும் அதுதான் முக்கியமானது. நான் சில காரியங்கள் செய்ய மாட்டேன். ஆனால் எந்த விஷயத்தை நம்புகிறோமோ அந்த நம்பிக்கையில் வலுவாக இல்லாமலிருப்பது, உண்மையிலே வலுவாக இல்லாமலிருப்பதை மறைப்பதற்காகச் சில அடையாளங்களைக் காட்டுவது என்கிற விஷயங்களில் அவருக்கு அக்கறையே இல்லை. பெண் வீட்டுக்காரர்களுக்கு எப்படி விருப்பமோ அப்படி நீங்கள் செஞ்சுக்கலாம் அப்படின்னார். நீங்களெல்லாம் அங்கு வருவதில் பிரச்சினை இருக்கும் போலிருக்கிறது. அது ஒரு குக்கிராமம். நான்குநேரி வரை வந்துவிட்டு, இரண்டு மூன்று மைல் நடந்துதான் ஊருக்குள் வர வேண்டும். காரில் வரலாமென்றால் பாதை மிகவும் மோசம். வண்டியில் வருவது மிகுந்த சிரமமாக

இருக்கும். நாங்கள் கம்யூனிஸ்ட்கள். எங்களுக்குப் பிரச்சினை ஒன்றுமில்லை. நாங்கள் வந்துடுவோம் என்றார். எல்லாருமே திருமணத்துக்கு வருவதில் விருப்பத்துடன் இருந்தார்கள். உள்ளூர எனக்கது பிரச்சினையாகப் போய்விட்டது. முதலில் அவர்கள் வருவதற்குச் சிரமப்படுவார்கள். அந்தக் கிராமத்தில் இவர்களுக்கு வசதியாகத் தங்க முடியுமா என்று எனக்குச் சந்தேகம் வந்துவிட்டது. நாகர்கோவிலில் எங்கள் வீட்டில் ஒரு விருந்து வைக்கிறோம். மாலையில் தேநீர் விருந்தும் உண்டு. அதில் கலந்துகொள்ளுங்கள் என்று ரகுநாதனுக்குக் கடிதாசி எழுதி நண்பர்களுக்கும் தெரியப்படுத்திவிடுங்கள் என்றேன். அவரிடமிருந்து பதில் வந்தது "பொதுவாகத் தடை உத்தரவை மீறுவது கம்யூனிஸ்ட்களுக்கு மகிழ்ச்சிகரமான விஷயம். நீங்கள் தடை உத்தரவு போட்டிருந்தீர்கள். அதை மீற முடியவில்லை. நாங்களெல்லாம் கூடிப் பேசிவிட்டோம். உங்கள் நிலையைப் புரிந்துகொண்டோம். உங்கள் விருப்பப்படியே நாகர்கோவில் வருகிறோம்" என்று எழுதியிருந்தார்.

குக்கிராமம். வேறு வசதிகள் கிடையாது. திருமண நேரத்தில் எனக்கு அவர்களைக் கவனிக்க முடியாது. மற்றவர்களுக்கு இவர்கள் யாரென்றே தெரியாது. அங்கு வந்து அவர்கள் அசௌகரியப்பட்டுவிடக் கூடாதென்பதில் குறியாக இருந்தேன். அவர்கள் நாகர்கோவில் வருவது என்று தீர்மானம் செய்தது மனதுக்கு நிம்மதியும் மகிழ்ச்சியும் ஏற்பட்டது.

எல்லா நண்பர்களும் வந்தார்கள். மதிய விருந்து சாப்பிட்டார்கள். மாலை தேநீர் விருந்துக் கூட்டம் ஒரு கம்யூனிஸ்ட் பார்ட்டி கூட்டம் போல்தான் இருந்தது. வாய்ஜாலமாகப் பேசக் கூடியவர்களெல்லாம் வந்து ஏகப்பட்ட விஷயங்களைச் சொல்லிச் சொந்தக்காரர்களுக்கெல்லாம் நம்பவே முடியாத சூழலை உருவாக்கிவிட்டார்கள். "தோழர் சுந்தர ராமசாமி ஒரு புரட்சி வீரர்" அப்படியெல்லாம் சொல்வது. வேடிக்கை என்னவென்றால் கடைசியில் யாரோ ரகுநாதனைப் பேசச் சொன்னார்கள். இந்த ஜாலங்கள் எதுவுமில்லாமல் நண்பருக்குத் திருமணம், அவர் நன்றாக எழுதக் கூடியவர். இந்த மாதிரி விஷயங்களைச் சொல்லி, அது வந்து சமரசம் செய்தது மாதிரியும் இல்லை. அவர் நம்ப முடியாத கருத்துக்களைச் சொன்னார் என்றும் சொல்ல முடியாது. ரொம்ப அழகாகப் பேசினார்.

நாகர்கோவில் நண்பர்கள் சேர்ந்து ஒரு பரிசும் திருநெல்வேலி நண்பர்கள் சேர்ந்து ஒரு பரிசும் அன்பளிப்பு செய்தார்கள். சிலர் புத்தகங்கள் பரிசாகக் கொடுத்தார்கள். கடைசியில்

நானும் ஐந்து நிமிடங்கள் பேசி நன்றி கூறி என் மகிழ்ச்சியைத் தெரியப்படுத்தினேன்.

அதன் பின் இரண்டு மாதங்களுக்குப் பிறகுதான் திருநெல்வேலி செல்வதற்கான சந்தர்ப்பம் அமைந்தது. நண்பர்களெல்லம் சொன்னது நன்றாக நினைவிருக்கிறது, "நீங்க ஆள் பார்ப்பதற்கே வேறு மாதிரி இருக்கீங்களே" என்றார்கள். இரண்டு மாதங்களுக்குள் அப்படியொரு மாற்றம் ஏற்பட்டிருப்பது எனக்குத் தெரியாது. அந்தச் சமயம் ரகுநாதன், தி.க. சிவசங்கரன், நான் மூவரும் ஸ்டூடியோவில் புகைப்படம் எடுத்துக் கொண்டோம். பழைய படத்துக்கும் இந்தப் படத்துக்கும் உள்ள வித்தியாசத்தை அப்போதுதான் உணர்ந்தேன். அந்தப் படம் வீட்டில் இப்போதும் இருக்கிறது என்று நினைக்கிறேன்.

1957இல் முதல் குழந்தை சௌந்தரா பிறந்ததும் ரகுநாதனுக்குக் கடிதாசி போட்டேன். மகிழ்ச்சியைத் தெரியப்படுத்தி உடன் பதில் போட்டிருந்தார்.

59இல் அகில இந்திய எழுத்தாளர் மாநாட்டுக்குப் போயிருந்த பொழுதுதான் இரண்டாவது குழந்தை தைலா பிறந்த செய்தி, ஊரிலிருந்து தந்தியோ ஃபோனோ தமிழ்ப் பிரசுராலயத்துக்கு வந்தது. முத்தையாவின் மனைவி ஃபோன் முலம் மாநாட்டிற்குத் தெரியப்படுத்தினார்கள்.

ரகுநாதன் எங்கள் வீட்டில் தங்கி சாப்பிடக்கூடியவராக இருந்தாலும் வீட்டிற்குள் வந்து குடும்பத்தினருடன் இணைந்து பழகக் கூடியவர் அல்ல. எந்த வீட்டிலுமே பழகமாட்டார். குழந்தைகளைப் பற்றி அக்கறையுடன் விசாரிப்பது போன்ற தனிப்பட்ட உறவுடந்தான் இருந்தார்.

என்னுடைய திருமணம் முடிந்ததற்கு முன்பா, பின்பா ஞாபகமில்லை. 'பஞ்சும் பசி'யும் நாவல் வெளிவந்தது என்று நினைக்கிறேன்.

நம்பியிடம் பேசுவது முழுக்க இலக்கியம்தான். ஆங்கிலத்திலும் மலையாளத்திலும் புத்தகங்கள் படிக்கிறேன். ரகுநாதனிடம் நிறைய விஷயங்கள் கலந்தாலோசித்திருக்கிறேன். வேறு நண்பர்களிடமும் பேசியிருக்கிறேன். முற்போக்குச் சங்கத்தின் விவாதங்களில் கலந்து கொண்டிருக்கிறேன். இப்படி எங்கள் மனசிலுள்ளதை வெளிப்படுத்தக் கூடிய ஆற்றல் எனக்கும் நம்பிக்கும் உருவாகி வருவதை ஃபீல் பண்ணி நாம் இலக்கியம் பேசுவதில் உபயோகம் இருக்கோ இல்லையோ எங்கேயாவது நம் கருத்தைச் சொல்லவேண்டிய சந்தர்ப்பம் உருவானால்

தெளிவாகச் சொல்லக் கூடிய பயிற்சி நமக்குக் கிடைத்துக் கொண்டிருக்கிறது என்று நம்பியிடம் சொல்வேன்.

முற்போக்கு இலக்கியமே எந்த மாதிரி இருக்க வேண்டுமென்று மற்றவர்கள் சொல்கிறார்கள். எனக்கு எந்த மாதிரி இருக்க வேண்டுமென்று தோன்றுகிறது. இரண்டுக்கும் நடுவில் அந்த முரண்பாடு கொஞ்சங்கொஞ்சமாக அதிகரித்துக் கொண்டுவந்தது.

ரகுநாதன் அந்த நாவல் எழுதுவதற்காகச் சில கிராமங் களுக்குப் போனார். அப்போது நான் அவர்கூடப் போக வில்லை. அந்தக் கிராமங்களிலுள்ள விஷயங்களெல்லாம் சொல்லிக்கொண்டிருந்தார். சில கிராமங்களைப் பற்றிச் சில குறிப்புகளெல்லாம் தயார்பண்ணிக் கொடுத்தேன். நாவல் எழுதி முடித்தார். கையெழுத்துப் பிரதியைப் படித்துப் பார்க்கிறீர்களா என்று கேட்டார். நான் பிரிண்டிலேயே படிப்பதாகச் சொன்னேன். நாவல் வெளிவந்தவுடன் பிரதியை அனுப்பினார். அப்பொழுதெல்லாம் தபால் பட்டுவாடாதானே? அப்போ கூரியர் எல்லாம் கிடையாது. நாவல் கையில் கிடைத்தவுடன் படிக்க ஆரம்பித்தேன். நாவல் முடிவதுவரை அனேகமாக வேறு எந்த வேலையிலும் ஈடுபடவே இல்லை. அவ்வளவு ஆர்வமாக அந்த நாவலைப் படித்தேன். அதற்கு என்ன காரணம் என்றால் நாவலை முதலிலேயே நான் படித்துவிட வேண்டும், நம்முடைய அபிப்ராயத்தை ரகுநாதனிடம் சொல்ல வேண்டும் என்கிற எண்ணம்தான்.

படித்து முடித்ததும் இரண்டு தினங்களுக்குள் திருநெல்வேலி போனேன். அந்தச் சமயத்தில் பல நண்பர்களுடன் பேசுவதற்கான சந்தர்ப்பம் அமைந்தது. அங்கு தி.க. சிவசங்கரன், ஜி. நாகராஜன் போன்ற பல தோழர்கள் இருந்தார்கள்.

நாவலைப் படித்து முடிக்காவிட்டாலும் படித்தவரை ரொம்ப நன்றாக வந்திருப்பதாகச் சொன்னார்கள். படித்து முடித்த பிறகும் உயர்வாகத்தான் சொல்லப் போகிறார்கள், அதிலொன்றும் பெரிய மாற்றமிருக்காது என்கிற உணர்வுதான் எனக்கிருந்தது.

ரகுநாதனும் நானும் தனியாக இருக்கிற சமயத்தில் இந்த விஷயத்தைப் பேச ஆரம்பித்து, மொழி நன்றாகயிருக்கிறது. நாவலின் கட்டுமானம் ஆழம், வடிவம் போன்றவை சரியாக வரவில்லை என்று சொன்னதும் முகத்தில் ஏமாற்றம் வெளிப்படையாகவே தெரிந்தது. நாவல் வெளிவந்து ஒன்றிரண்டு நாட்களில் தனக்கு மிகவும் நெருக்கமான ஒருவன் அப்படிச் சொல்லிக் கேட்பது சங்கடமான விஷயம்தான். ஆனால் எனக்குத் தெரியவில்லை.

நம்பியிடம் சொன்னதும் இதே கருத்தை நீங்க கொஞ்சம் வேறு மாதிரி சொல்லியிருக்கலாம் என்றான். நான் இதை எதற்காகச் சொல்கிறேன் என்றால் சாதாரணமாகத் தமிழ்ச் சூழலில் எனக்கும் இந்த மாதிரி நாவல் எழுதிய ஆசிரியருக்கும் உறவு முடிஞ்சு போகக்கூடிய நிகழ்ச்சிதான் இது. ஆனால் அவர் மனதிற்குள் உண்மையாகவே என்ன பாதிப்பு ஏற்பட்டதெனத் தெரியாது. வெளிப்படையாக எந்த உறுத்தலும் இல்லாமல் எப்பவும்போல் பேசிப் பழகினார். தமிழ்ச் சூழல் அனுபவத்தின் மூலம் பின்னால்தான் இது அபூர்வமான விஷயம் என்பதைப் புரிந்துகொண்டேன். நாவல் பற்றிய அபிப்பிராயத்தைக் கடிதம் மூலமும் விரிவாகத் தெரியப்படுத்தினேன்.

இரண்டு வருடங்கள் கழித்துத் திரும்பவும் அந்த நாவலைப் படித்தேன். அப்போது வேறு அபிப்பிராயங்கள் ஏற்பட்டது. அதுவும் சாதகமான அபிப்பிரயங்கள் என்று சொல்ல முடியாது. அதையும் கடிதம் மூலம் தெரியப்படுத்தினேன். இரண்டு கடிதங்களிலுமே ஓரளவுக்குத் தண்மையாகத்தான் விமர்சனம் எழுதியிருந்தேன். உடன் பதில் எழுதுவார், “கடிதம் படித்தேன். நீங்கள் வெளிப்படையாக எழுதியது சந்தோஷத்தை ஏற்படுத்தியது” என்றெல்லாம் எழுதுவார்.

நான் ஈவு இரக்கமில்லாத விமர்சகன் என்கிற அபிப்ராயம் அங்குள்ள எல்லாத் தோழர்களுக்கும் ஏற்பட்டது. அங்கிருந்து அந்தச் செய்தி நாகர்கோவிலிலும் எல்லாத் தோழர்களிடமும் பரவியது. அவர்கள் எல்லாருமே பார்க்கிற கோணம் – முதன்முதலாக முற்போக்கு நாவல் வந்திருக்கிறது, அது பற்றி உயர்வாகச் சொல்லிச் சமூகத்தில் பரப்புவதற்குப் பதிலாகக் குறையாகப்பட்டது என்று சொல்வது எந்தளவுக்குக் கட்சி விசுவாசமுள்ள ஆள் சொல்லக்கூடியது என்று இந்த விஷயத்தைப் பார்த்தார்கள். அரசியல் விஷயமானாலும் சில காரியங்கள் தேவைப்படலாம். இலக்கிய விஷயத்தில் பகிரங்கமாக வைத்துக்கொள்வதுதான் நல்லது என்பது என் அபிப்ராயமாக இருந்தது.

ஜீவா ஒரு சமயத்தில் கேட்டார். அவருக்கும் அந்த நாவல் ரொம்பப் பிடித்திருந்தது. முற்போக்குத் தன்மை இருக்கிறதே அது மட்டுமே எதிர்பார்க்கக் கூடியவர்களுக்கு எல்லாவிதமான திருப்தியைத் தரக்கூடிய நாவல்தான் அது. “நீ என்ன சொல்ற” என்று கேட்டார். ரகுநாதனிடம் சொன்னது, கடிதத்தில் எழுதிய விஷயங்கள் போன்றவற்றைச் சாராம்சமாகச் சொன்னேன். “நீ ரொம்ப எதிர்பார்க்கிறாய். மிகப் பெரிய நாவலைத்தான் நாவல்னு ஒத்துக்கொள்வாய் போலிருக்கு. அப்படித்தான் எல்லாரும்

எழுதணும்னு எதிர்பார்க்க முடியாது. படிப்படியாகத்தான் அந்த வளர்ச்சி ஏற்படும்" எனச் சொன்னார். "நாவலின் கான்சப்ட்டைத்தான் ஒத்துக்கொள்ள முடியல" என்றேன். ரகுநாதன் நீங்கலாக எல்லாருமே சங்கடப்பட்டார்கள். ரகுநாதன் சங்கடப்பட்டாரா எனத் தெரியாது. சுத்தமாக வெளியில் காட்டிக்கொள்ளவில்லை. எனக்கு அவரிடம் நெருக்கம் கூடியது.

நான் இளம் எழுத்தாளர். நானே உரிமை எடுத்து இந்த விமர்சனம் சொல்லியிருக்கிறேன். அவர் என்னோடு கதையையோ கவிதையையோ கடுமையாகச் சொன்னாலும் அவர் சொல்வதற்குள்ள நியாயம் இருக்கிறது. நான் ஏற்றுக்கொள்வதும் ஏற்றுக்கொள்ளாததும் வேறு விஷயம் என்கிற எண்ணம் வலுவாக இருந்திருக்கிறது. ரகுநாதன் இந்த விஷயத்தை எதிர்கொண்ட மாதிரி நானும் இந்த விஷயத்தை எதிர்கொள்ள வேண்டும். நடைமுறையில் இருபது அல்லது முப்பது வருஷம் இந்த மாதிரி குணத்தை உருவாக்கிக்கொள்ள முடியவில்லை. பதில் எழுதும் சமயத்தில் பதற்றமாகப் பதில் எழுதுவது, கோபப்படுவது போன்ற காரியங்களைச் செய்யாமல் இருந்திருக்கலாம். உள்ளூர விமர்சனம் என்னைச் சங்கடப்படுத்தியிருக்கிறது. இப்போது பதினைந்து இருபது வருஷமாகத்தான் அதை வாழ்க்கையோடு தவிர்க்க முடியாத பகுதியாகப் பார்க்க எனக்குத் தெரிந்திருக்கிறது.

1960க்கு முன்னாலேயே எங்களுக்கு இலக்கியத்தில் கருத்து வேற்றுமை இருக்கிறது என்கிற விஷயம் எனக்கும் உறுதிப்பட்டது. ரகுநாதனுக்கும் உறுதிப்பட்டது. அறுபதுக்கு முன்னாலேயே இலக்கியம் சம்பந்தமான தொடர்புகள் அறுந்துபோவதற்கான சூழல் இருந்தது.

என்னுடைய இலக்கியம் சம்பந்தமான கருத்து வேற்றுமை எல்லாமே ரகுநாதனுக்கு ஓரளவுக்குத் தெளிவாகத் தெரியும். நாவல் பற்றி அழுத்தமாகச் சொன்ன அளவுக்கு இலக்கியம், பொது விஷயம் பற்றி அதிகமாகச் சொல்லவில்லை. சிறுகதை பற்றி ஆரம்ப காலத்திலேயே சில விஷயங்கள் சொல்லியிருக்கிறேன்.

ஒரு ஆள் வந்து தலைமறைவாக இருக்கிறார். இது அவருடைய பிரபலமான கதை. அவருடைய மனைவி கம்யூனிஸ்ட் கட்சியில் ஈடுபாடுடையவர். போலீஸ் அவரைத் தேடி வீட்டுக்கு வருகிறார்கள். போலீஸைத் தடுப்பதற்காக அவளுடைய குழந்தையின் காலைப் பிடித்துத் திண்ணையிலோ எங்கேயோ அடித்துக் கொன்றுவிடுகிறாள். போலீஸ் ஸ்தம்பித்துப் போய்விடுகிறார்கள். அதற்குள் தலைமறைவாக இருந்தவர் தப்பித்துப் போய்விடுகிறார். அவரைத் தப்பவைப்பதற்காக

அப்படிச் செய்தார் எனச் சொல்லிப் புரட்சிகரமாகக் கதை எழுதியிருக்கார். கட்சியில் முக்கால் பங்கு ஆட்களுக்கு அது உவப்பான விஷயமாகத்தான் இருந்தது. கம்யூனிஸ்ட்கள் எந்தத் தியாகமும் செய்வார்கள் சந்தர்ப்பம் அனுசரித்து. கொல்வதுதான் முக்கியம் என்கிற மனோபாவம் கம்யூனிஸ்ட்டிடம் ஊக்கமாக இருந்த காலத்தில் இந்தக் கதையை அவர் எழுதியிருக்கிறார். கதையைப் படித்த நேரத்திலேயே எனக்குப் பிடிக்கவில்லை. படித்த நேரத்தில் எனக்கு அந்தக் கதையோடு உறவே உருவாகவில்லை. பின்னால் அவருடைய கதைகளை விவாதிக்கும் சமயத்தில் நாவலில் சொன்ன மாதிரி கொஞ்சம் கடுமையாகவே சொல்லியிருக்கிறேன். அதே சமயம் பிடித்த கதைகளைப் பாராட்டியும் சொல்லியிருக்கிறேன். இந்தச் சிறுகதை *சேற்றில் மலர்ந்த செந்தாமரை* என்னும் தொகுப்பில் வெளிவந்தது. இந்தத் தலைமுறை சிறுகதைத் தொகுதிக்கெல்லாம் வேறு மாதிரி பேர் வைக்கிறார்கள். நான் ஐந்து ஆறுன்னு கதைகளாகத் தொகுக்கப்பட்ட காலத்திலேயே என் அபிப்பிராயத்தைச் சொல்லியிருக்கிறேன். அவர் அந்த அபிப்ராயத்தை அப்போது ஒத்துக்கவில்லை. ஆனால் பத்து பதினைந்து வருஷத்துக்கு முன்னால் பகிரங்கமாகவே கூட்டத்தில் சொல்கிறார். 'இந்தக் கதை சரியாக எழுதப்படவில்லை. மனிதாபிமானம் என்கிற எண்ணமே இல்லை.'

○

சாந்தி நின்ற இடைவெளியில் எங்களுக்கு எழுதுவதற்கான ஒரு பத்திரிகை இல்லாமலிருந்தது. சென்னையிலிருந்து *சரஸ்வதி* என்று பத்திரிகை வருகிறது. நாகர்கோவிலில் கிடைக்கிறதாப் பாருங்க என்று ரகுநாதன் கடிதம் எழுதியிருந்தார். பாக்கெட் டையரி மாதிரி இருக்கும். மு.வவின் திருக்குறள் ஸைசில் இருக்கும் அந்தப் பத்திரிகை.

ஒன்றாம் தேதி பத்திரிகை வரும் என்பதற்காக 10ஆம் தேதிவரை தினமும் கடையில் போய்ப் பத்திரிகை வந்தாச்சா எனப் பார்ப்பேன். அது 10ஆம் தேதியோ 12ஆம் தேதியோ வரும்.

அடுத்த மாதம் பின்னால்தான் வரப்போகிறது என்று தெரிந்தாலும்கூட முதல் தேதியே பார்க்க ஆரம்பிப்பேன். ஏனென்றால் பத்திரிகை வந்து நான் அதைப் பார்க்காமல் இருந்துவிட கூடாதே. அதில் சில விஷயங்கள் எனக்குப் பிடித் திருந்தது. விஜயபாஸ்கரன் ஒரு ருசியோட பத்திரிகை நடத்துகிற மாதிரி இருந்தது. முற்போக்கான எண்ணம் இருந்தாலும்கூட எனக்கும் ரகுநாதனுக்கும் இலக்கியம் பற்றிக் கருத்து வேற்றுமை

எந்தப் பகுதியில் இருக்கிறதோ அந்தப் பகுதியில் எனக்கு விஜயபாஸ்கரனோடு கருத்து வேற்றுமை இல்லை. நான் ஒருவிதத்தில் சந்தோஷப்பட்டேன். கட்சிக்குள்ளேயே கட்சியின் நெருங்கிய ஆட்கள்களுக்குள்ளேயே இந்த மாதிரி மனோபாவம் கொண்டவர்களும் இருக்கிறார்கள்.

இந்தச் சமயம்தான் ஜீவா *தாமரை* ஆரம்பித்தது. *தாமரைக்கு* அவ்வப்போது கதைகள் கொடுத்துக் கொண்டிருந்தேன். *தாமரை* ஆரம்பிப்பதற்கு முன்னாலேயே இப்போது திரும்பிப் பார்க்கற சமயத்தில் *சரஸ்வதி* பத்திரிகை பிரபல்யமாக இருந்ததையும், குறிப்பிட்ட ஸ்டேஜ்ல கடைகளில் பத்திரிகைகள் தொங்குவதும் ஆட்கள் வாங்குவதையும் பார்க்க முடிந்தது. இந்தக் காரியம் தமிழ்நாட்டில் நடந்தது. இந்தப் பத்திரிகையின் அளவைப் பெரிதாக்கி விஷயங்களை ஆழப்படுத்தி நல்ல பத்திரிகையாகக் கொண்டுவர வேண்டும் என விஜயபாஸ்கரன் ஆசைப்பட்டார். அது மட்டுமல்ல. அவர் கம்யூனிஸ்ட் சார்பாக இருந்தாலும்கூட அவர்கள்தான் பத்திரிகைக்குப் பங்களிக்க வேண்டும் என்கிற நியதியை முதலிலேயே விட்டுவிட்டார். கட்சியின் கொள்கையை உடைத்துவிட்டார்.

உதாரணமாக அன்றைக்குக் கட்சியுடைய பார்வையில் க.நா.சு. என்கிறவர் பிற்போக்குவாதிதான். அப்படியொரு பேர் க.நா.சுவுக்குக் கிடைத்திருக்கிறது. அதற்குச் சாதகமான காரணங்கள் இருக்கலாம். சில விஷயங்கள் மிகையாகவே சுமத்தப்பட்டிருக்கலாம். விஜயபாஸ்கரன் விரும்பிக் கேட்டதின் பேரில்தான் க.நா.சு. அந்தப் பத்திரிகைக்கு எழுதும் விஷயம் நடக்கிறது. அவர் ஏகப்பட்ட சர்ச்சைகளை உருவாக்குகிறார். இலக்கிய ரீதியான வம்புகளைத் தொகுத்து எழுதுவார். *சரஸ்வதி* பத்திரிகை வாங்கக்கூடிய ஆட்கள் இடதுசாரியா இருந்தாலும் சரிதான் வலதுசாரியா இருந்தாலும் சரிதான் முதலில் படிக்கிற விஷயம் க.நா.சு. மேட்டர் என ஆகிவிட்டது. அப்படி ஒரு பரபரப்பு அவருடைய எழுத்திலிருந்தது. எழுத்தாளர்களை, இலக்கியத்தை எல்லாம் கடுமையாகத் தாக்கிக்கொண்டிருந்தார். விஜயபாஸ்கரன், நான், ரகுநாதன், ஆர்.கே. கண்ணன், எஸ். ராமகிருஷ்ணன் ஆகிய ஐந்து பேரும் ஆசிரியர் குழுவில் இருந்தோம்.

அந்தச் சமயத்தில்தான் நான் அடுத்தடுத்துக் கதைகள் எழுதியிருக்கிறேன். அந்தக் கதைகள் பற்றி ரகுநாதன் கடிதாசி எழுதியிருக்கார். *சாந்தியில்* வந்த கதைகள் பற்றி எவ்வளவு உற்சாகமாகக் கடிதாசி எழுதியிருந்தாரோ அதே மாதிரி இந்தக் கதைகள் பற்றியும் கடிதாசி எழுதியிருந்தார்.

கதைகளில் முற்போக்கு அம்சம் குறைவாக இருக்கிறது என்கிற கமெண்ட் இல்லை. அவருடைய பார்வையில் மாற்றம் வந்திருக்கிறது எனச் சந்தேகப்பட்டுக்கொண்டேன். இந்தக் கதை அவருக்கு முழுமையான திருப்தியைத் தந்திருக்கிறது என்று நினைத்துக்கொண்டேன். *சரஸ்வதி* பாக்கெட் டயரி மாதிரி வந்துகொண்டிருக்கிற சமயத்தில் தகழியின் 'தோட்டியின் மகன்' நான் அனுப்பிக் கொடுத்து விஜயபாஸ்கரன் வெளியிட்டிருந்தார். அந்தக் கதையைப் படித்துவிட்டு அழகிரிசாமி கடிதாசி போட்டிருந்தார். அதில் கதையைச் செங்குத்தாகத் தூக்குகிறார். அது அழகிரிசாமின் சுபாவம். ஆனால் அடிப்படையான ஒரு உண்மை உண்டு. அதை ரொம்பளவுக்கு வலியுறுத்திச் சொல்கிறார். ஓரளவுக்குப் பிற்போக்கான கதை என்று ரகுநாதன் சொல்வதற்கான நியாயங்கள் அந்தக் கதையில் இருக்கிறது. என்னுடைய கதைகள் க.நா.சுவால், ஜானகிராமனால் பாராட்டப்படுகிறது. என்னுடைய கதைகள் மாத்திரமல்ல வெளிப்படையான விஷயமாக இல்லாமல் தமிழ்ச் சமூகத்தில் கலாபூர்வமான கதைகள் உருவாகக்கூடிய சமயத்தில் ரகுநாதன் தன் பார்வையை மறுபரிசீலனை செய்துகொண்டு வருகிறாரோ எனச் சந்தேகப்படும்படியாகச் *சரஸ்வதியில்* வந்த கதைகளை அவர் பாராட்டி எழுதிய கடிதங்கள் இருந்தன.

உதாரணமாக ராஜாஜிக்குச் சாகித்திய அக்காதெமி பரிசு கிடைத்தது. சாகித்திய அக்காதெமிமீது எனக்கு அக்கறை ஏற்பட்டதே *சரஸ்வதி* பத்திரிகையில் ராஜாஜி பரிசு வாங்கிய நேரத்தில் க.நா.சு. அது பற்றிக் கட்டுரை எழுதியபோதுதான். சாகித்திய அக்காதெமி என்று அமைப்பு இருக்கிறது. அது பரிசு கொடுக்கிறது. ராஜாஜிக்கு அந்தத் தகுதி இல்லை என்று க.நா.சு. சொல்கிறார். அதற்கான காரணங்களைச் சொல்கிறார்.

அப்போது எனக்குப் புதிதாக அறிவு ஒன்று கிடைத்தது. ஒருவர் மிகப் பெரிய அரசியல்வாதி என்பதால் அவர் எழுதிய சாதாரண எழுத்துக்களை இலக்கியவாதிகள் ஒத்துக்கொள்ள மாட்டார்கள். அதற்கு மேற்பட்ட பார்வை ஒன்று இருக்கிறது. அதையும் இதையும் குழப்புகிற காரியமெல்லாம் இலக்கியவாதிகளிடம் நடக்காது போலிருக்கிறது. இந்த நியதி தமிழ்ச் சூழலிலும் செயல்படுவதற்கு உதாரணமாகத்தான் ராஜாஜி பற்றி க.நா.சு. எழுதிய மறுப்புக் கட்டுரையை எடுத்துக்கொண்டேன்.

அதற்குள் விஜயபாஸ்கரனுக்கும் எனக்கும் நெருக்கமான உறவு ஏற்பட்டுவிட்டது. விஜயபாஸ்கரன், ரகுநாதன், ஆர்.கே. கண்ணன் எல்லாரும் ஒருமுறை சேர்ந்து நாகர்கோவில் வந்தார்கள். எஸ். ராமகிருஷ்ணன் வரவில்லை. ஆர்.கே. கண்ணன்

அப்போ முக்கியமான விமர்சகர். அந்தச் சமயத்தில் அவருக்கு நல்ல மதிப்பு இருந்தது. அவரின் எழுத்துகள் ஒன்றும் தொகுக்கப்படவில்லை. அவரும் செயல்படாமல் போய்விட்டார். அவர் ஓரளவுக்கு லிபரலான கொள்கையுடையவர். ரொம்ப நன்றாக விவாதிப்பார். ரொம்பளவுக்குப் படித்தவர். அவருடைய விமர்சனம் ரகுநாதனை ரொம்பளவுக்குப் பாதித்தது. இதை ரகுநாதனே என்னிடம் சொன்னதாக ஞாபகம். நாங்கள் நால்வரும் ஆலோசித்தோம். *சரஸ்வதி* பத்திரிகை சம்பந்தமான பிரச்சினைகள், எதிர்காலத்தில் அதை எப்படி உருவாக்கலாம் என்பது பற்றிப் பேசிக்கொண்டிருந்தோம். இந்தச் சந்திப்பு நேர்ந்ததற்குப் பின் அநேகமாக ஒவ்வொரு இதழிலும் கதைகள் எழுதியிருக்கிறேன். நான் அடுத்தடுத்துக் கதைகள் எழுதிய கால கட்டம் அதுதான்.

“இந்தப் பரிசை ராஜாஜிக்குக் கொடுத்திருக்க வேண்டாம் என்று சொல்கிற சமயத்திலேயே கொடுத்தது பெரிய அநீதி என்று சொல்லிவிட முடியாது. படைப்பு இலக்கியத்துக்குக் கொடுக்கவில்லை என்பதைக் குறையாகச் சொல்லாமேயொழிய பெரிய அளவில தகுதியான ஆள்தான்” என்கிற எண்ணம் ராமகிருஷ்ணனுக்கு இருந்தது வெளிப்பட்டது.

விஜயபாஸ்கரன் சொன்னார், அவருக்கு ராஜாஜி பேரில் உள்ளூர அபிமானம் இருக்கிறது என்று. அவருக்கு ராஜாஜியை நேர் பழக்கமுண்டா என்பது தெரியவில்லை. அந்த அபிமானம் எனக்கும் ரகுநாதனுக்கும் இல்லை. ராஜாஜியை முழுமையாக நிராகரிப்பது நல்ல விஷயமல்ல. அதுவும் க.நா.சு. அவருடைய முதல் கட்டுரையிலேயே அது பற்றிக் கொஞ்சங்கூட ஆராயாமல் அவருடைய கையைப் பலப்படுத்துவது போலுள்ள கட்டுரை எழுதியிருப்பது நல்ல விஷயம் இல்லை என்று ராமகிருஷ்ணனுக்கு விமர்சனம் இருந்தது.

இந்தப் பார்வையில் எனக்கு உடன்பாடில்லை. ஒருத்தன் எனக்குப் பரம எதிரி. அவன் இரண்டும் இரண்டும் நாலு எனச் சொல்கிற சமயத்தில் நான் இரண்டும் இரண்டும் ஐந்து என்று சொல்ல முடியாது. அபிப்ராயத்தை, கருத்து வேற்றுமையை எல்லாம் பகிரங்கமாக வைத்துக்கொள்ள வேண்டியதுதான். பாராட்ட வேண்டிய விஷயம்தான் என்னும் நிலை எடுத்தேன். அதற்கு விஜயபாஸ்கரன், ரகுநாதன், கண்ணன் எல்லாரும், “அவ்வளவு எளிமையான விஷயம் அல்ல அது. அதற்குப் பின்னால் பலவித மனோபாவங்கள் இருக்கு” என்றார்கள். அவர்கள் சொல்லக்கூடியது எல்லாமே நியாயமாக இருந்தாலும்கூட அரசியல் தந்திரத்தின் ஒரு பகுதியாகத்தான் பார்க்கிறேன்.

அரசியல் தந்திரத்தின் பகுதியாக இருக்கக்கூடியது இலக்கியத்தில் வந்து எட்டிப்பார்க்கிறதே அது எனக்கு விருப்பமாக இல்லை. மூவருமே லிபரலாகத்தான் சொன்னார்கள். அந்த விஷயம் முடிந்துவிட்டது. எங்களுக்குள்ள கருத்து வேற்றுமையோ அபிப்ராய வித்தியாசமோ வரவில்லை. எல்லாருக்குமே பொதுவாக ராமகிருஷ்ணன் பேரில் விமர்சனம் இருந்தது. வெவ்வேறு ஆட்கள் தொடர்ந்து எழுதினார்கள். ரகுநாதன் ஆராய்ச்சிக் கட்டுரை ஆரம்பித்திருந்தார். நானும் ஜெயகாந்தனும் தொடர்ந்து சிறுகதை எழுதிக்கொண்டிருந்தோம். ஜெயகாந்தன் *சரஸ்வதி* பத்திரிகை அலுவலகத்திலேயே பணியாற்றிக் கொண்டிருந்தார். விஜயபாஸ்கரனின் நெருங்கிய நண்பர். "பெரிய அளவுக்குச் சரஸ்வதியில் வருமானமே கிடையாது. சந்தாவே மூன்று ரூபாய்தான். சந்தா வருகிறதா எனக் காத்துக்கொண்டே இருப்போம். ஒரு சந்தா வந்துதுன்னா நானும் ஜெயகாந்தனும் ஆளுக்குப் பாதியாகப் பிரிச்சுப்போம்" என விஜயபாஸ்கரன் சொன்னது ஞாபகமிருக்கிறது.

ஆர்.கே. கண்ணனெல்லாம் பணம் எதிர்பார்க்கக்கூடிய ஆளே இல்லை. அவரிடம் நிறையப் புத்தகங்கள் இருந்ததால் விஜயபாஸ்கரன் குறிப்பெடுக்க வாங்கிக்கொள்ளலாம். உண்மையாக *சரஸ்வதி* நல்ல பத்திரிகையாக உருவாகியிருக்க வேண்டியதுதான்.

*தாமரை*க்கும் அதற்கும் போட்டி ஏற்பட்டு ஏதோ காரணத்தினால் *சரஸ்வதி* கீழே வந்து, முற்போக்குப் பத்திரிகையாக ஏற்றுக்கொள்ளாமல் கட்சியுடைய அனுதாபம் இல்லாமலும், சில விஷயங்களில் கட்சியை மீறியும் இயங்கக்கூடிய பத்திரிகையாக இருந்து கட்சி சம்பந்தப்பட்ட ஆட்களாலே போற்றப்பட்டு விற்பனையாகிக் கொண்டிருப்பதைத் தடுக்க வேண்டும் என்பதற்காகச் சுற்றறிக்கை வெளியிடப்பட்டது. அதிலிருந்து *சரஸ்வதி* பத்திரிகையின் விற்பனை ரொம்பளவுக்கு வீழ்ச்சி அடைந்ததாகக் கேள்விப்பட்டேன். இதைப் பற்றி நேரடியாக எதுவும் தெரியாது.

ரொம்ப காலத்துக்குப் பின்னால விஜய பாஸ்கரன் *புதிய பார்வை* என்கிற பத்திரிகையில் நேர்காணல் கொடுத்திருக் கிறார். அதன் ஆசிரியர் பாவை சந்திரன். அதில் பல நல்ல நேர்காணல்கள் வந்திருக்கின்றன. அதில் முக்கியமான ஒன்று விஜய பாஸ்கரனுடையது. திறந்த மனதுடன் இந்தப் பிரச்சினை எப்படி உருவாகியது என்று சொல்கிறார். ஆனால் அவருக்கு இன்னும் இடதுசாரி மனோபாவந்தான் இருக்கிறது என நினைக்கிறேன். இந்த விஷயத்தை சுவாரஸ்யமாகச் சொல்கிறார்.

அவருடைய கூற்றெல்லாம் மிகைப்படுத்தப்பட்டது அல்ல. அதனாலே ஒருவிதத்தில் பார்த்தால் அந்தப் பத்திரிகையின் தோல்விக்கே ஜீவாதான் காரணம் என விஜயபாஸ்கரன் நினைக்கிறார். ஜீவாதான் கட்சிக்குள் இந்த மனோபாவத்தைச் சொன்னார். கம்யூனிஸ்ட் கட்சியுடைய இலக்கியப் பத்திரிகை என்றால் *சரஸ்வதிதான்*, *தாமரை* அல்ல என்கிற மனோபாவத்தை நாம் எப்படி விடமுடியும் என்று சொல்லி *சரஸ்வதி* நாங்கள் நடத்தக்கூடிய முற்போக்கு பத்திரிகை அல்ல என்கிற செய்தியைப் பரப்பினவுடனே கட்சியில் விசுவாசமாக இருக்கக்கூடிய ஆட்கள் அந்தப் பத்திரிகை வாங்குவதை நிறுத்திருப்பார்கள். பல இடங்களில் அனுதாபிகள்தாம் ஏஜண்டாகவும் இருப்பார்கள். இப்படிப் பல்வேறுபட்ட பிரச்சினை வந்து அந்தப் பத்திரிகை நின்றுபோய்விட்டது. நான் ரகுநாதனிடம் சொன்னேன், "இதெல்லாம் நல்ல காரியம் என்று எப்படிச் சொல்ல முடியும், தன்னுடைய பத்திரிகை இல்லை என்பதற்காக எப்படி *சரஸ்வதியை* அழிக்க முடியும், தன்னுடைய கொள்கையைச் சொல்லக்கூடிய பல பத்திரிகைகள் இருக்கணும் என்றுதானே ஆசைப்படணும். ஜெயகாந்தன் கதைகள் மக்களுக்குப் பிடிக்கிறது. அது பிரபல பத்திரிகையில் வந்தது என்பதற்காக நான் ஏன் வருத்தப்படணும், அந்தக் கதைகளை அதிக மக்கள் படிக்கிறாங்கன்னுதானே சந்தோஷப்படணும், அப்படிங்கிற விஷயமும் பொதுவாகப் படைப்பாளிகளுடைய சுதந்திரத்துக்குள்ள அவங்களுடைய பார்வையில கட்சிதான் முக்கியமாக இருக்கிறது. முக்கியமாக இந்தத் தீர்மானங்களெல்லாம் உருவாக்கக்கூடியது பெரிய அளவுக்கு அரசியல் ஈடுபாடு உள்ளவர்களும் அதிகமாக இலக்கிய ஈடுபாடு இல்லாதவர்களும்தான் இந்தப் பிரச்சினையை உருவாக்குறாங்க." இப்படிப் பேச்சு வளர்ந்து வந்து எனக்கும் அவருக்குமான அந்த விமர்சனம் அரசியல் ரீதியாகவும் விரிய ஆரம்பித்தது.

கட்சி ஆட்கள் இயங்கிய விதம் எனக்கு ரொம்ப அளவுக்கு அதிருப்தி உருவாக்கியது. அப்படி இயக்கக்கூடிய ஆட்கள் இலக்கியவாதியாக இல்லாமல் அரசியல்வாதியாக இருக்கிறார்கள். அந்த அரசியல்வாதியுடைய மதிப்பீடுகளையும் எதிர்பார்ப்புகளையும் எல்லா நேரத்திலும் இலக்கியவாதிகள் பூர்த்திசெய்து கொண்டிருக்க முடியாது. ஏனென்றால் அவர்களுக்குச் சொந்தப் பார்வை உண்டு. கலந்துரையாடல் இலக்கியவாதிகளுக்கு வேறுவிதமான சுதந்திரத்தை அவர்களுக்குக் கொடுக்க வேண்டியதுதான். ஒவ்வொரு நாளும் எடுக்கும் முடிவுகளுக்கெல்லாம் இலக்கியவாதிகள் பிரிதிபலித்துக்

கொண்டிருக்க வேண்டும் என்று சொன்னால் ஏகப்பட்ட முரண்பாடுகள் அந்த எழுத்தில் உருவாகிவிடும்.

அவர்கள் நிலையைப் பல்வேறு காரணங்களுக்காக மாற்றிக்கொண்டே இருப்பார்கள். முக்கியமாகச் சோவியத் யூனியனின் உறவு சோவியத் கம்யூனிஸ்ட் கட்சி வாயிலாக அவர்களுக்கு இருக்கக்கூடிய பக்தி காரணமாக அவர்கள் போதிய காரணம் சொன்னாலும்கூட ஜனங்களுக்குத் திருப்தியாக இல்லை. அவர்கள் நிலைப்பாட்டை மாற்றிக்கொண்டே இருக்கிறார்கள். அவர்கள் நிலைப்பாட்டிற்குத் தகுந்தாற்போல் இலக்கியவாதிகளும் தங்கள் நிலைப்பாட்டை மாற்றிக்கொண்டு அது சார்ந்த கவிதைகள், சிறுகதைகள், நாவல்கள் உருவாக்கினால் சிறிது நேரத்திலேயே இலக்கியம் என்பது துண்டுபிரசுரம்போல் ஆகிவிடும். வேறு சில value systems இல் இலக்கியம் இயங்கிக் கொண்டிருக்கிறது. அதில் அவர்கள் ஆழ்ந்த நம்பிக்கை வைக்க முடியும். பொதுவாகக் கோட்பாட்டை வரையறுத்தால் அதில் சில காரியங்கள் செய்யலாம். உங்களுக்கு மார்க்சியத்தில் நம்பிக்கை வருவது போலவே எழுத்தாளர்களுக்கும் அதில் நம்பிக்கை இருக்கிறது. நீங்கள் எப்படி அந்த அமைப்பைப் பார்க்கிறீர்களோ அப்படித்தான் இலக்கியவாதிகளும் பார்க்க வேண்டும் எனச் சொல்லிக் கட்டாயப்படுத்தக் கூடாது. கட்சிக்கு வெளியிலிருந்த பல ஆட்களையும் முற்போக்குச் சிந்தனைக்கு எதிராக இருந்த ஆட்களைக்கூட மார்க்ஸ் சொல்லியிருக்கார். உதாரணமாகப் பால்சாக். முரண்பாடுகளையெல்லாம் வெட்ட வெளிச்சமாக எழுதினார்.

அதனால் ஒரு குறிப்பிட்ட இலக்கணத்தை வகுத்து இலக்கியத்தைக் கட்டுப்படுத்துவது நல்லதல்ல என்கிற சிந்தனை எல்லாம் அப்பப்போ பகுதிப் பகுதியாக ரகுநாத னிடம் பேசியிருக்கிறேன். பல எழுத்தாளர்களுடைய ஆதரவைத் திரட்டிவிட்டுத்தான் நாம் கட்சிக்குள்ள இந்த விஷயத்தைச் சொல்ல வேண்டும் என்ற நடைமுறை சார்ந்த பல விஷயங்களை அவர் சொல்லிக்கொண்டிருந்தார். எனக்கு அந்த விஷயங்களில் அக்கறை இல்லை. நான் அவர்களிடம் வெளிப்படையாகத்தான் அந்த விஷயங்களைப் பேசணுமேயொழிய, இவர் சொன்னதெல்லாமே அரசியல் சம்பந்தமான அணுகுமுறை. தேர்தலில் நிற்பதற்கு நாளாகும். வாக்காளர்களை வசீகரிக்க நாளாகும். அப்புறம்தான் ஒருவரை எம்.எல்.ஏ. ஆக நிற்கவைக்க முடியும். இதெல்லாமே அரசியல் சார்ந்த திட்டங்கள். எழுத்தாளனைப் பொறுத்தவரை அவனுக்குத் தோன்றக் கூடியதையெல்லாம் சொல்கிறான்.

அடிப்படையான முற்போக்கு எண்ணம் இல்லையானால் கட்சியைவிட்டு வெளியில் போகவேண்டியதுதான். அதற்குள்ளேயே விதவிதமான பக்கங்கள் இருக்கின்றன.

அவரைச் சந்தித்த காலத்திலிருந்து குறிப்பிட்ட காலம் வரையிலும் – ஐந்தாறு வருஷம்னு சொல்லலாம். நான் அவரிடம் அதிகமாக அரசியல் பேசியதில்லை. நீங்கள் கவனித்திருக்கலாம். அரசியல்வாதியினுடைய அரசியல் ஈடுபாட்டிற்கும் இலக்கியவாதியினுடைய அரசியல் ஈடுபாட்டிற்கும் அடிப்படையாக வித்தியாசமிருக்கிறது. ஆரம்பத்தில் நான் அரசியலில் ஈடுபாடு வந்து அவர்களுடைய துண்டுப் பிரசுரங்களை எல்லாம் சேர்த்து வைத்துப் படித்துக் கொண்டிருந்தேன். 54இலிருந்து 57வரையும் நானும் ரகுநாதனும் பெரும்பாலும் பேசிக்கொண்டிருந்தது பொதுவான இலக்கியம், நவீன இலக்கியம், மிக முக்கியமாக முற்போக்கு இலக்கியம். இந்த மூன்று விஷயங்களைப் பற்றி நாங்கள் பேசிக்கொண்டிருந்தோம். பேச்சுக்கு நடுவில் அமெரிக்க இலக்கியம் பற்றி, பிரிட்டிஷ் இலக்கியம் பற்றி, ஐரோப்பிய இலக்கியத்தில் சில குறிப்பிட்ட ஆசிரியர்களைப் பற்றியெல்லாம் பேசியிருக்கிறோம். அவரிடம் உள்ள புத்தகங்களை எனக்குத் தருவது, என்னிடம் உள்ள புத்தகங்களை அவருக்குக் கொடுப்பது இப்படியே ஐந்தாறு வருடங்கள் போயிருக்கிறது.

ஆனால் ஒன்று அல்லது ஒன்றரை வருடத்தில் இலக்கிய ரீதியான கருத்து வேற்றுமையெல்லாம் திட்டவட்டமாகிவிட்டது என்னுடைய மனசிலும் அவருடைய மனசிலும். என்னன்ன கருத்து வேற்றுமையோடு நான் இருக்கிறேன் என்பது அவருக்குத் தெரியும். அவருக்கு நான் பிற்போக்குவாதியாகிவிட்டேன் என்கிற எண்ணமெல்லாம் ஏற்படவேயில்லை. கட்சிக்குள்ளேயே சுதந்திரமான எழுத்தாளனாக இருக்கணுமென்று நினைக்கிறான் என்பதுதான் அவருடைய எண்ணமாக இருந்தது. அவருடைய அந்த அணுகுமுறை எனக்கு ரொம்ப அளவுக்கு இதமாக இருந்தது.

மற்ற ஆட்கள் ஏதாவது சொன்னாலும் அவர் அதைக் காது கொடுத்துக் கேட்கவும் இல்லை. அப்ப அவங்க நினச்சாங்க இவருக்கு பெர்ஸனலா இந்த ஆள்கூட ஈடுபாடு இருக்கிறது, அதனால்தான் சீரியஸாக எடுத்துக் கொள்வதில்லைன்னு சொல்லிக் கொண்டிருந்தார்கள்.

கொஞ்ச நாட்களிலேயே அரசியலைப் பற்றிப் பேசவேண்டிய கட்டாயம் ஏற்பட்டது. இந்தக் காலகட்டத்தில் சோவியத்

யூனியனிலிருந்து வரக்கூடிய முக்கியமான புத்தகங்களெல்லாமே படித்தேன். நாவலும் அரசியல் சம்பந்தமான புத்தகங்களும். ரொம்பளவு தியரிட்டிகல் புத்தகங்கள் படிக்காவிட்டால்கூட, தியரிட்டிகல் விஷயத்தில் ஓரளவுக்குத்தான் போக முடியும். ரொம்பளவுக்குப் போக முடியாது. பல விஷயங்களில் ஈடுபாடு உள்ளவர்களுக்குத்தான் படிக்க முடியும். ஃப்லசாஃபிகல் வகைப்பட்ட புத்தகங்கள்தான் என் மனதைக் கவர்ந்திருக்கின்றன. அதிகமாகப் புள்ளி விவரங்கள், கணக்குகள் – இந்த மாதிரி புத்தகங்கள் அல்லாமல் தத்துவார்த்தமான புத்தகங்கள் அதிகமாகப் படித்திருக்கிறேன்.

இந்தச் சமயத்தில் சோவியத் யூனியன் தரப்பிலிருந்தும் அமெரிக்கத் தரப்பிலிருந்தும் ஏகப்பட்ட புத்தகங்கள் வெளிவருகிறது. பெரும்பாலும் அமெரிக்கத் தரப்புப் புத்தகம் சோவியத் யூனியனை எதிர்கொள்பவையாகவும் சோவியத் யூனியன் தரப்புப் புத்தகங்கள் அமெரிக்கத் தரப்பை எதிர் கொள்பவையாகவும் பொதுவாக அமைந்திருக்கும். ஒரு சில அமெரிக்க புத்தகங்கள் ரொம்ப அபூர்வமாகச் சோவியத் யூனியனை சப்போர்ட் பண்ணுவதாக அமைந்திருக்கும். சோவியத் யூனியனின் எந்தப் புத்தகமும் அமெரிக்காவை சப்போர்ட் பண்ணாதது மாத்திரமல்ல ஒரு வாக்கியங்கூட அமெரிக்காவுக்குச் சாதகமாக இருக்காது. இதைத் தொடர்ந்து படித்துக்கொண்டு வரும் சமயத்தில் முதலில் தெரிந்த விஷயம் என்னன்னா இவங்க வந்து ஒரு ஏற்பாடு மூலம் புத்தகங்களை உருவாக்குகிறார்களே ஒழிய, அவங்க அவங்க மனதில் படும் கருத்துக்களை வெளிப்படையாகச் சொல்வதில்லை.

ஏன்னா ஒரு புத்தகத்துக்கும் இன்னோரு புத்தத்துக்கும் ஒற்றுமை இருக்கும். ஒரு சமுதாயத்தில் எல்லாருமே ஒரே விதமாகச் சிந்திப்பாங்களா ஒரு விஷயத்தைப் பற்றி அப்படி ஒரேவிதமாக சிந்தித்தால்கூட அதுக்குள்ள பலவிதமான கருத்து வேற்றுமை இருக்கும்.

இப்போ சுற்றுச்சூழல் என்கிற விஷயத்தைப் பற்றிப் பேசினோம் என்றால் பல்வேறுபட்ட பார்வைகள் இருக்கின்றன. இயற்கை ரொம்ப அவசியம் என்று எல்லாருமே நினைக்கிறார்கள். அந்த மாதிரி பொதுக்கருத்து இருக்கிற சமயத்திலேயே நடைமுறையில் என்னென்ன காரியங்களைச் செய்யலாம் என்கிறதைப் பற்றிப் பலவிதமான கருத்துக்கள் இருக்கின்றன. இது வந்து ஒவ்வொரு விஷயம் சார்ந்தும் தெரியும். அவர்கள் எப்படி அரசியல் ரீதியாக ஒரே மாதிரி பேசுகிறார்கள்?

அது சுதந்திரமாக இயக்கக்கூடிய விஷயமா? எழுத்தாளர்கள் தனியாக உருவாக்கக்கூடிய விஷயமா? அப்படிப்பட்ட ஆழ்ந்த சந்தேகங்கள் இருக்கின்றன. அந்த காலக்கட்டத்துல கிட்டத்தட்ட நாற்பது ஐம்பது புத்தகங்கள் இரண்டு தரப்பிலிருந்தும் அவங்க கேள்வி கேட்டா இவங்க பதில் சொல்லற மாதிரியும் இவங்க பதில் சொல்லறத அவங்க ஒத்துக்காதது மாதிரியும் புத்தகங்கள், துண்டு பிரசுரங்கள் வந்திருக்கின்றன. சில ஆட்கள் கட்சியிலிருந்து வெளியே போய்விட்டு ஏன் கட்சியிலிருந்து வெளியே போனேன்னு பேசியிருக்காங்க. சில ஆட்கள் கட்சியிலிருந்து வெளியே போய்விட்டு ஒரு சோசலிச மனோபாவத்தில் இருந்திருக்காங்க.

சில ஆட்கள் உடனடியாக மதத்தைத் தழுவியிருக்காங்க. அதன் மூலந்தான் மன நிம்மதி கிடைக்கும் என்று எழுதிய புத்தகங்கள். இந்த மாதிரி புத்தகங்களைப் படிப்பதில் ரகுநாதனுக்கு ஆர்வம் உண்டு. அந்தக் காலகட்டத்திலிருந்த வருமானத்தை கணக்குப் பண்ணித்தான் புத்தகங்கள் வாங்கி வைத்திருந்தார். உதாரணமா சில வாரப் பத்திரிகைகளை நான் வாங்கிக் கொண்டிருந்தேன். பத்துப் பதினைந்து பிரதிகள் சேர்ந்ததும் ரகுநாதனுக்குக் கொடுப்பேன். அதைப் படித்துவிட்டு என்னிடம் கொடுப்பார். இப்படி நான் வாங்கும் எல்லாப் புத்தகங்களையும் அவர் கவனத்துக்குக் கொண்டுவருவது, அவர் விரும்பினால் அந்தப் புத்தகங்களை இரவல் கொடுப்பது, ஓரளவுக்கு அந்தப் புத்தகங்கள் பற்றிப் பேசுவது என்றிருந்தது.

அவர் சென்னைக்குப் போகிற சமயத்தில் எனக்குத் தெரியாத சில புத்தகங்கள் வாங்கி வந்திருக்கிறார். அதை எனக்குப் படிக்கக் கொடுத்திருக்கிறார்.

காலப்போக்கில பேச்சு நழுவிநழுவி இலக்கியத்திலிருந்து அரசியலைப் பார்த்து வந்தது. ரொம்பப் பாதித்த புத்தகங்கள் என்னைப் பொருத்தவரை பத்துப் பன்னிரண்டு புத்தகங்கள் சொல்ல முடியும். அதற்கு முன்னாலேயே கட்சிக்குள்ள ஒரே மாதிரியான சிந்தனை என்பது என்னை ரொம்பளவுக்கு உறுத்த ஆரம்பித்துவிட்டது. வெவ்வேறு விதமான சிந்தனைகள் இந்தச் சமுதாயத்தில் இல்லாமல் ஒரு கட்டுப்பாட்டில்தானே இந்த ஒரே விதமான சிந்தனைகள் வெளிப்படுகிறது. தேர்தல் பற்றிய விஷயங்கள் கேட்டபொழுது கட்சித் தோழர்கள் சொன்னார்கள் கம்யூனிஸ்ட் கட்சிகாரர்கள் தேர்தலில் நிற்கலாம். கம்யூனிஸ்ட் அல்லாதவர்களும் தேர்தலில் நிற்கலாம். வேறு கட்சிக்காரர்கள் நிற்பதற்குச் சாத்தியமில்லை என்றார்கள். ஏன் வேறு கட்சிக்காரர்கள் நிற்கக் கூடாது? ஒருவன் சோசலிஸ்ட்டாக இருக்கலாம். காலப்போக்கில இந்த விஷயத்தை மெதுவாகக்

கொண்டு வந்தால்போதும் என்றிருக்கலாம். அவன் வன்முறையை எதிர்க்கக்கூடிய ஆளாக இருக்கலாம். பல்வேறுபட்ட ஆட்கள் இருக்கிறார்கள். ஜெயபிரகாஷ் நாராயணன் வடக்கில் ஒருவிதமாக இருக்கிறார். பெங்களூரில் இன்னொரு விதமாக இருக்கிறார். ஒரே கட்சிக்குள்ளேயே வெவ்வேறு விதமாக இருக்காங்களே என்று சொன்னதும், இதெல்லாம் அவங்க யோசித்துச் சொன்ன முடிவுகளே இல்லை. இதெல்லாம் சோவியத் யூனியனிலிருந்து ரெடிமேடாக வரக்கூடிய பதில்களைக் கட்சி தோழர்களிடம் சொல்ல வேண்டுமென்கிற ஒரே காரணத்துக்காக மனப்பாடம் செய்து வைத்துக்கொண்டிருக்கிறார்களே யொழிய அவங்க சொந்த மூளையைப் போட்டுச் சிந்திக்கவோ, சந்தேகங்களை உருவாக்கவோ சந்தேகங்களை மற்றவர்களிடம் பகிர்ந்துகொள்ளவோ ஒண்ணும் கிடையாது. மேலளவில சின்ன விஷயங்கள் நடக்குமா என்பது எனக்குத் தெரியாது.

நான் அதோடு சிறு அம்சத்தைக்கூட உணரலை. இந்த மாதிரி டிஸ்கஷன் நடந்துகொண்டிருக்கிற சமயத்தில்தான் நான் ஒரு ஓவியம் பார்த்தேன். ஏழட்டுப் பேர் சேர்ந்து அந்த ஓவியத்தை வரைந்திருக்காங்க. என் பக்கத்திலிருந்த ஒருவரிடம் – அவர் ஓவியத்தில், கலைகளில் ஈடுபாடுள்ளவர் – எனக்கு உடனடியாக ஏற்பட்ட ஆத்திரம் காரணமாக கேட்டேன். எப்படி ஒரு ஓவியத்தைப் பன்னிரண்டு பேர் சேர்ந்து போட முடியும்? ஒருவன் காலை போடுவான். ஒருவன் கையைப் போடுவான். ஒருவன் கண்ணைப் போடுவான். அப்படியாச் செய்யராங்கன்னு கேட்டேன்.

இதெல்லாம் பழைய காலத்துச் சிந்தனைகள். அதிலிருந்துதான் இந்த எண்ணங்களெல்லாம் வருகிறது. ஒருவனுக்குத்தான் ஒரு கலைப்படைப்பு சொந்தம் என்பது கிடையாது. எல்லாக் கலைப் படைப்புகளும் சமுதாயத்துக்குச் சொந்தமானது என்று கொஞ்சமும் ஏற்றுக்கொள்ள முடியாத பொக்கான மனநிலையிலிருந்து வரக்கூடிய, கொஞ்சங்கூட யோசனைகள் செலுத்தாத, படைப்பாற்றல் போன்ற எதைப் பற்றியும் யோசனையே இல்லாத ரெடிமேடான பதில்களைக் கேட்டு எனக்கு அலுத்துப் போச்சு. இப்படிப் பல விஷயங்கள் எனக்கு ஒத்துக்கொள்ளவே முடியலை. 'க்யாஸ் லைட்' என்கிற சிறப்பான ஹாலியுட் படம் ஒண்ணு வந்தது. அருமையான படம், பாருங்கள் என்று தோழர்களிடம் சொன்னேன். அமெரிக்கன் படம் எப்படிச் சிறப்பான படமாக இருக்க முடியும் என்று கேட்டார். அது எனக்குத் தெரியாது. நல்லா இருக்கிறது என்பது உண்மை. உங்களின் கண்ணோட்டத்தில்கூட முற்போக்கான படம் என்பதை ஒத்துக்கொள்வீங்க என்று சொன்னேன். அது

எப்படி? அமெரிக்கன் சமுதாயம் முற்போக்கான படத்தை உருவாக்க முடியுமா? என்று கேட்டார். இந்த மாதிரியான தியரிட்டிக்கல் வசனம் கேட்டுக் கேட்டு அலுத்துப் போச்சு.

இதெல்லாம் கொண்டுபோய் ரகுநாதனிடம் கொட்டக்கூடிய பழக்கம் எனக்கிருந்தது. கோபமும் அலுப்பும் வரக்கூடிய சந்தர்ப்பங்களில்தான் அவரிடம் பேசிக்கொண்டிருந்தேன். அது அதிகமாகிக்கொண்டே போய்க்கொண்டிருக்கிறது. ஏனென்றால் எனக்கு ஒரு நிமிஷம்கூட அங்கு நிம்மதியில்லை. நாம் நம்பக்கூடியது உண்மையானதா? பொய்யானதா?

எதற்காக நாம் ஸ்டாலினை ஆதரிக்க வேண்டும்? எதற்காகச் சோவியத் யூனியனை ஆதரிக்க வேண்டும்? அங்கு என்ன காரியம் நடக்கிறது? என்கிற சந்தேகங்களை அவரிடம் பகிர்ந்துகொண்டேன். நான் ரொம்ப கொதிக்கக்கூடிய நேரத்தில் அவர் சொல்வார், நமக்குன்னு ஒருசில சந்தேகங்கள் இருக்கின்றன. உடனடியாக இப்போது சந்தேகங்கள் தீருவது பற்றி எதுவும் செய்ய வேண்டாம். உங்களுடைய சந்தேகம் எதுவுமே எனக்கில்லை. நீங்கள் சந்தேகப்படுவது தப்பு என்றெல்லாம் அவர் என்னிடம் சொன்னதேயில்லை. எனக்கும் ஒருசில சந்தேகங்கள் இருக்கின்றன. அதுபற்றி யோசித்துக்கொண்டுதான் இருக்கிறேன் என ஆறுதலான சில வார்த்தைகள் சொல்வார்.

நடைமுறையில் இதை எப்படிச் சமாளிக்கப் போகிறார் என்பது தெரியவேயில்லை. இந்த நிலமையில் நான் *'The God that failed'* என்கிற புத்தகம் படித்தேன். சர்வதேச அளவிலுள்ள முக்கியமான எழுத்தாளர்கள். லூயி ஃபிஷ்ஷர், ஆந்திரே கிட், ஆர்தர் கோஸ்டலர், இக்னேசியோ சிலோன், ஸ்டீபன் ஸ்பென்டர், ரிச்சர்ட் ரைட். இவர்கள் அவ்வளவு பேரும் எப்படிக் கம்யூனிஸத்திலிருந்து வெளியில் வந்தோம்? என்று எழுதியிருந்தார்கள். சிலர் அனுதாபியாக இருந்திருக்கிறார்கள். சிலர் கட்சி உறுப்பினரானாங்க. யூரோப்பிலிருந்து புத்தகங்கள் வந்து கொண்டிருந்தன. உலகம் பூராவும் கம்யூனிஸ்ட் தேசங்களில் அந்த போராட்டம் இருந்திருக்கிறது. படைப்பாளிகள் பேரிலுள்ள மதிப்புக் காரணமாக அது உண்மையான காரணமாகத் தோன்ற ஆரம்பித்துவிட்டது.

இந்த அளவில் உள்ள ஆட்கள் ஏன் சில்லரையான பொய்கள் சொல்ல வேண்டும் எனத் தோன்றியது. அவங்களுடைய வாழ்க்கை வரலாற்றில் இந்த மாதிரியான காரியங்களில் ஈடுபட்டமாதிரி தெரியவில்லை. வெளிப்படையாகத்தான் அவங்களுடைய விஷயங்கள் இருந்திருக்கின்றன. அவர்கள் அதிகாரத்திற்காக எந்தக் காரியமும் செய்தவர்கள் இல்லை. அது மாதிரி ஆர்தர்

கோஸ்லருடைய டார்க்னஸ் அட் நூன் என்கிற புத்தகத்தைப் படித்தவுடன் அது ரொம்பளவுக்குப் பிடித்துவிட்டது.

ரகுநாதனுக்கும் அந்த நாவல் பிடித்திருந்தது. ரகுநாதன் மனதையும் ரொம்பளவுக்குச் சங்கடப்படுத்தியது அந்த நாவல். தமிழில் மொழிபெயர்ப்பு வந்ததாகத் தெரியவில்லை. மலையாளத்தில் வந்தது. நான் ஆங்கிலத்தில் படித்தேன்.

ஹொவர்ட் ஃபாஸ்ட் என்கிற அமெரிக்கன் எழுத்தாளர். அவர் பேரில் ஈடுபாடு ஏற்பட்டது. அவர் ஒரு கம்யூனிஸ்ட். கம்யூனிஸ்ட்டாக இருந்து பலவிதமான சங்கடங்களை அனுபவிக்கிறார், அமெரிக்காவில் கம்யூனிஸ்ட்டானால் ரொம்பத் துன்புறுத்துவார்கள் இல்லையா? பிடிவாதமாக அந்தக் கொள்கையைச் சார்ந்திருக்கார். ஸ்பார்ட்டகஸ் என்கிற நாவலைப் படைத்திருக்கிறார். ரொம்ப அருமையான நாவல். எனக்கு ரொம்பப் பிடித்த நாவல். படமாகக்கூட அந்த நாவல் வந்தது.

பின்னால் அவர் ஒரு புத்தகம் எழுதியிருந்தார் ('The Naked God'). அந்தப் புத்தகத்திலுள்ள கட்டுரைகள் எனக்குப் பெரிய அதிர்ச்சியைக் கொடுத்தன. ஏன்னா நான் அவர் புத்தகங்களை ஆரம்ப காலத்திலிருந்தே படித்து அவர்கூடச் சேர்ந்தே பயணத்தை மேற்கொண்டு வரேன். அவர் துண்டு பிரசுரம் எழுதியிருக்கார். பால் ராப்சனின் நெருங்கிய நண்பர். பால் ராப்சன் பெரிய பாடகர். சோவியத் யூனியன் போயிருக்கார். இன்னன்ன எழுத்தாளருக்கு நெருங்கிய நண்பர். இது போன்ற அவரைப் பற்றிய ஏகப்பட்ட தகவல்களை மனசுக்குள்ள வைத்திருந்தேன். அந்தப் புத்தகத்தின் சாராம்சம் என்னன்னா அவர் சோவியத் யூனியனுக்குப் பலதடவை போகிறார். சோவியத் யூனியனில் அவருடைய பல கதைகள், நாவல்கள் பாடப் புத்தகமாக வைக்கப்பட்டிருக்கின்றன. சோவியத் யூனியனில் அவருக்கு பெரிய பேரும் இருக்கிறது. அங்குள்ள முக்கிய எழுத்தாளர்கள், நெருங்கிய நண்பர்களையெல்லாம் பற்றிக் கேட்டபொழுது ஒரு கேம்பில் இருக்காங்க என்கிற தகவல் கிடைத்தது. ஒரு வருஷந்தான் கேம்பில் இருக்க முடியும். எழுத்தாளர்களுக்கு ஏற்பாடு செய்து கொடுத்திருக்காங்க. எல்லா வசதிகளும் உள்ள கேம்ப். ஓய்வெடுத்துக்கொள்ளலாம். அரசாங்கமே செலவெல்லாம் பார்த்துக்கொள்வார்கள். இதுபோல அவருடைய கேள்விகளுக்கு கிடைத்த பதில்கள் ஒன்றுமே அவருக்கு கன்வின்ஸ் ஆகலை. அதிலுள்ள விஷயங்களிலெல்லாம் கெட்டிக்காரத்தனமும் சாமர்த்தியமும் இருந்ததேயொழிய உண்மையின் ஒளி இல்லை என்கிற எண்ணம் பலமாக வந்துவிட்டது. நான் அந்த கேம்புக்குப்

போக முடியுமான்னு கேட்கிறார். முடியாது என்கிறார்கள். இது பலவித சந்தேகத்தை உண்டாக்குகிறது. தொலைபேசி தொடர்பு கொள்ளமுடியுமா என்று கேட்கிறார். முடியாது என்கிறார்கள். ஒரு கேம்பில் தொலைபேசி தொடர்பும் கொள்ள முடியாதென்பது அவருக்கு ஆச்சரியமாக இருக்கிறது. அவருக்கு நேர்ப் பழக்கமில்லாத கவிஞர்களும் கண்ணுக்கு மறைந்திருக்கிறார்கள். அவர்கள் பற்றிய பேச்சுகள் எதுவும் அடிபடவில்லை. அவர்கள் படைப்புகள் எதையும் பத்திரிகையில் பார்க்க முடிவதில்லை. அவர் திரும்ப அமெரிக்கா வந்துவிடுகிறார். தன் சோவியத் நண்பர்களுக்கு கடிதம் எழுதுகிறார்.

எழுத்தாளர்களின் பெயரைச் சொல்லி இவர்களை எல்லாம் தேடினேன். இவர்களெல்லாம் எங்கிருக்கிறார்கள்? நான் உங்களுக்கெல்லாம் ஆழ்ந்த நண்பன் இல்லையா? என்னிடம் விஷயத்தை மறைப்பதற்கான காரணம் என்ன என்று கேட்கிறார்.

பின்னால் அவருக்கு அந்த ஆசிரியர்களெல்லாம் இறந்துபோய் நாளாகிவிட்டது என்பது தெரிகிறது. எப்படித் தெரிந்துகொண்டார் என்பது அவருடைய புத்தகத்தில் திட்டவட்டமாகச் சொல்லப் பட்டிருக்கிறது. எனக்கு அந்த விஷயம் இப்போது ஞாபகத்தில் இல்லை. அந்த நேரத்தில் மிகப் பெரிய துக்கத்துக்கு ஆளாகிறார். இறந்துபோன விஷயத்தை மறைத்தார்களே. எதற்காக அந்த ஆட்கள் கொல்லப்பட்டார்கள்? ஏன் இவர்கள் அதற்காகப் போராடவில்லை? எப்படி அதை நியாயப்படுத்துகிறார்கள்? இப்படி ஏகப்பட்ட கேள்விகள் அவருக்கு வருகிறது. நான் கட்சிக்குள் இயங்குவது இனி முடியாத காரியம். சோசலிச கொள்கையில் நம்பிக்கை இருக்குமானால் அந்த நம்பிக்கையோடு செயல்படுவேன் என்று புத்தகத்தை முடிக்கிறார். அந்தப் புத்தகத்தை நான்தான் முதலில் படித்தேன்.

ஹொவர்ட் ஃபாஸ்டைப் பற்றி எனக்கு எந்தவிதமான பரிச்சயம் இருந்ததோ அதேவிதமான பரிச்சயம் ரகுநாதனுக்கும் இருந்தது. அந்தப் புத்தகத்தைப் படித்துப் பார்த்ததும் அவருக்கும் சங்கடமாகத்தான் இருந்தது. ஒரு சந்தர்ப்பத்தில் சொன்னார். அனேகமாக நீங்களும் நானும் ஒரேவிதமாகத்தான் நினைக்கிறோம். அதற்கான சந்தர்ப்பம் வரும்போது நாம் இரண்டுபேரும் சேர்ந்தே வெளியில் போய்விடலாம். ராமகிருஷ்ணனிடம் இது பற்றிப் பேசலாம் என்று சொன்னார். எனக்கு இந்தப் பிரச்சினை வந்த பிறகு வெளியில் போவதற்கோ ஆட்களைப் பார்ப்பதற்கோ விருப்பம் இல்லை. இதே விஷயத்தைப் பற்றி உள்ளூரில் இருக்கும் மைக்கேல் ராஜ், மோகன் தம்பி போன்ற புத்தகங்கள் படிக்கக்கூடிய தோழர்களிடம் பேசிக்

கொண்டிருக்கிறேன். அவர்களெல்லாம் கேட்கிறார்கள். கட்சி விஷயங்களை என்னிடம் மனசுவிட்டுச் சொல்ல முடியவில்லை. இப்படி நாட்கள் போய்க்கொண்டிருக்கிறது. ரகுநாதனோடு காரைக்குடிக்குப் போனேன். காரைக்குடிக்குப் போவதிலோ கம்பர் விழாவில் கலந்து கொள்வதிலோ மனமே இல்லை. இது முழுக்கப் பொய்யான விஷயம்தான். அந்த நிமிஷமே வெளியில் போகணும் என்கிற தவிப்பு வந்துவிட்டது. இந்த விஷயத்தை முழுங்கிக் கொண்டிருக்க வேண்டிய எந்த அவசியமும் எனக்கு இல்லை.

நானும் ரகுநாதனும் காரைக்குடிக்கு வருகிறோம். "இந்தத் தடவை சா. கணேசன் வீட்டில் தங்காமல் ஓட்டலில் ரூம் போடுங்கள். கணேசன் வீட்டில் தங்கினால் நாம் இந்த விஷயத்தைப் பேச முடியாது. எந்த ஓட்டல் என்பதைத் தெரியப்படுத்தினால் நானும் ரகுநாதனும் அங்கு வருகிறோம்" என்று ராமகிருஷ்ணனுக்குக் கடிதாசி போட்டேன். அது ஒரு பழங்காலத்து ஓட்டல். பெரிய அறையாக இருந்தது. ஆனால் வாடகை ரொம்ப கம்மி. சிறிது நேரம் வேறு விஷயங்கள் பேசிக்கொண்டிருந்தோம். எனக்கு ராமகிருஷ்ணனிடம் பேசுவதில் தயக்கமிருந்தது. இரவு பத்து மணிக்குப் பிறகு "உங்கள் அபிப்பிராயத்தைச் சொல்லுங்களேன்" என்று ரகுநாதன் சொன்னார்.

"உங்களால் நன்றாகச் சொல்ல முடியுமே. நீங்கள் சொல்லுங்களேன்" என்றேன். "இல்லை, நீங்களே சொல்லுங்கள். உங்கள் அபிப்ராயம் அவருக்குத் தெரியட்டும்" என்றார். கிட்டத்தட்ட இரண்டு மணி நேரம் அதுபற்றிப் பேசிக்கொண்டிருந்தேன். பொறுமையாகக் கேட்டுக்கொண்டிருந்தார். பின் பதில் சொன்னார். பதில் எனக்குத் திருப்தி தரவில்லை. அந்தப் பதில்கள் எல்லாமே நான் எழுப்பக்கூடிய கேள்விகளை நேரடியாகச் சந்திக்காமல் மழுப்பலான பதில்களாகத்தான் இருந்தன. இதுபோன்று எந்தவிதச் சந்தேகமும் இல்லாதவர்கள் நிறையப் பேர் உண்டு. அவர்கள் பேரில் வருத்தமொன்றுமில்லை. அவர்கள் பல புத்தகங்கள் படிக்கவில்லை. அவர்களுக்குக் கம்யூனிஸம் ஒரு மதம் மாதிரி. நூற்றுக்கு நூறு மதம் மாதிரி. எப்படிக் கடவுளுக்கு எதிராகக் கேள்வி கேட்க முடியாதோ அப்படித்தான் தாம் சார்ந்திருக்கிற மதத்திற்கு ஆதரவாக மற்றவர்கள் இருக்கிறார்கள் அப்படிங்கிறதுதான் என் மனதிற்குள் எண்ணம்.

இண்டெலெக்சுவல்ஸ் என்று சொல்லக்கூடிய ஆட்களுக்கு எக்கச்சக்கமாக மனசுக்குள் சந்தேகமிருக்கின்றன. அந்தச் சந்தேகங்களை மனசுக்குள் வைத்துக்கொண்டு, மற்றவர்கள்

கேள்வி கேட்கும்பொழுது கெட்டிக்காரத்தனமாகப் பதில் சொல்வது ரொம்ப மோசமான விஷயம்.

எனக்கும் அவருக்கும் உறவு மோசமாகக்கூடிய நிலைமைக்குப் பேச்சுப் போனது.

சொன்னதையே சொல்லிக்கொண்டிருக்கிறீர்களே என்றார். நான் சொன்னதையே சொல்லிக் கொண்டிருக்கலாம். உங்களிடமிருந்து எந்தவிதமான விளக்கமும் இல்லை. உங்களுக்கெல்லாமும் சந்தேகங்கள் இருக்கு என்றுதான் எனக்குத் தோன்றுகிறது. அதுதான் எனக்கு அதிகமான வருத்தத்தைக் கொடுக்கிறது. எதுவுமே இல்லாமல் எங்களூரில் நிறையப் பேர் ஆதரித்துக் கொண்டிருக்கிறார்கள். அது மாதிரி நீங்கள் ஆதரித்தால் எனக்கு ஒன்றுமேயில்லை. ஏனென்றால் சந்தேகம் வருவதற்கு அவசியமான காரணங்களே அவர்களுக்கு இல்லை. உறவு நிலைகள் அப்படி இருக்கிறது. நானும் அந்த மாதிரி இருந்தால் எனக்கும் சந்தேகம் வராது. இரு தரப்பிலுள்ள புத்தகங்களையும் படிக்க ஆரம்பித்துக் கொஞ்சங்கொஞ்சமாக ஐந்தாறு வருடங்களில் இந்தச் சந்தேகங்களை வளர்த்துக் கொண்டிருக்கிறேன். திடீரென்று இந்த முடிவுக்கு வரவில்லை என்று சொன்னேன்.

ஒவ்வொரு தடவை பேசும்போதும் ரகுநாதன் முழுக்க முழுக்க என்னைச் சார்ந்து வராவிட்டல்கூட அவருடைய வருத்தத்தை உணர்ந்தேன். ராமகிருஷ்ணனிடம் அந்த ஈரத்தை உணரவில்லை. அதன் பின் அவர் பேரில் நம்பிக்கையோ மதிப்போ இல்லை. சம்பிரதாயமாக நான் அவரைப் பார்த்திருக்கிறேன்.

கூட்டங்களில் கலந்துகொண்டிருக்கிறேன். பேசியிருக்கிறேன். அவர் மூலம்தான் கட்சியுடைய முற்போக்கு மனோபாவத்தை அடைந்தேன். பாமி தத் புத்தகத்தை அவர் மொழி பெயர்த் திருக்காவிட்டால் எனக்கு அந்தச் சின்ன வயசில் இந்தியாவின் வறுமை, கஷ்டங்களெல்லாம் இந்தளவுக்குத் தெரிந்திருக்காது. அற்புதமாக அந்த விஷயங்களை மொழிபெயர்த்திருக்கிறார். அதைப் படித்தால் யாருக்கும் இந்தியாவில் மாற்றத்தை உண்டு பண்ணியே ஆகணும் என்கிற எண்ணம் வராமலிருக்காது. அதைக் கம்யூனிஸ்ட் கட்சி பிரச்சாரம் செய்யவேயில்லை. இந்தியா எவ்வளவு பெரிய ஏழை நாடாக இருக்கிறது, எவ்வளவு வறுமை இருக்கிறது, ஜனங்களெல்லாம் எவ்வளவு கஷ்டப்படுகிறார்கள், எவ்வளவு கொடுமை இருக்கிறது? என்பதைத்தான் அவர் சொல்லிக் கொண்டுவருகிறார். அந்தக் காட்சிதான் நமக்கு மாற்றத்தை ஏற்படுத்தும் என்கிற எண்ணம் உருவாகியது.

ஒருவிதமான அலைச்சல். மேற்கொண்டு நண்பர்களிடம் பேசி என்ன செய்ய வேண்டும் எனத் தெரியவில்லை. அதன்பின் மலையாளப் புத்தகங்கள் படிக்க ஆரம்பித்து, மலையாள உலகத்தில் இந்த மாதிரியான புத்தகங்களைப் பரவலாக ஏற்றுக்கொண்டிருக்கிறார்கள். படிப்படியாக ஒரு நான்கு வருடங்களில் அந்த விஷயங்களை ஓரளவுக்கு தெரிந்து கொள்ளக்கூடிய மனோபாவத்திற்கு வந்து சேர்ந்தேன். ஊருக்கு வந்த பிறகு ரகுநாதனுக்குக் கடிதாசி எழுதினேன். அந்தக் கடிதாசிகளிலெல்லாம் வேறுவிதமான தொனி இருந்தது. எனக்கு அவ்வளவு நிதானமாக எழுத முடியவில்லை. ரகுநாதன் சொன்னார் ரொம்ப யோசித்து ஒரு முடிவுக்கு வந்துவிட்டீர்கள். நான் அந்த முடிவுக்கு வரவில்லை. உங்களுக்கு எப்படித் தோன்றுகிறதோ அப்படிச் செய்யலாம். பின்னால் நானும் இந்த முடிவுக்கு வந்து உங்களுடன் இணைந்து கொள்ளலாம். நீங்கள் என்னோடு இணைந்து செய்வதற்கு விருப்பம் இல்லாததாலும், உங்களுக்கு உடனடி இந்தக் காரியத்தை முடிக்க வேண்டும் என்று நினைப்பதாலும் உங்கள் விருப்பப்படி அந்தக் காரியத்தைச் செய்யலாம் என்று சொன்னார்.

எனக்கு உள்ளூரப் பயம் இருந்தது. என்னுடைய நெருக்கமான நண்பர்கள் பத்துப் பேர். எல்லாருமே கம்யூனிஸ்ட்கள். அதில் ஓரிரண்டு பேர் எழுத்தாளர்கள். மீதிப்பேர் அரசியவாதிகள். திருநெல்வேலியில் கலாசாரக் குழுவில் பதினைந்து இருபது பேர்கள் என்னுடைய நண்பர்களாக இருக்கிறார்கள். நான் வெளியில் போய்விட்டால் இவர்களுடைய நட்பை இழந்து விடுவேன். நட்பை இழந்துவிடுவேன் என்கிற பயம் இருந்ததேயொழிய அவர்களின் விரோதத்தைச் சம்பாதித்துக் கொள்வேன், கேலிக்கு ஆளாவேன், விமர்சனத்துக்கு ஆளாவேன், என்னை ஒதுக்குவார்கள் அதெல்லாம் அப்போது தெரியாது. நண்பர்களை விட்டுவிட்டுப் போவதற்குக் கஷ்டமாக இருக்கிறது என்று ரகுநாதனுக்கு எழுதியதும் "நான்தான் எழுதிவிட்டேனே, உங்க யோசனைப்படி செய்யுங்கள்" என்று எழுதினார். கடிதத்தில் கொஞ்சம் அதிருப்தி வெளிப்பட்டது. கொஞ்சம் காலதாமதப்படுத்தலாம் இந்த விஷயத்தை என்று மௌனமாக இருந்தேன்.

ரகுநாதனும் கடிதாசி போடவில்லை. ஏனென்றால் நாங்கள் பரிமாறிக்கக்கூடிய விஷயம் முடிவுக்கு வந்துவிட்டது. அந்தச் சமயத்தில்தான் குருஷேவுடைய 'Secret Speech' வெளிவந்தது. எங்களூரில் வினியோகிக்கப்படவேயில்லை. உண்மையாக அவர்கள் கட்சியிலிருந்து தர வேண்டும். கட்சிதானே

வெளியிட்டிருக்கிறது. ஒவ்வொரு தோழனும் படிக்க வேண்டும் என்பதுதான் நோக்கம். ஏதோ காரணத்தினால் இங்கு வினியோகம் செய்யவேயில்லை. திருவனந்தபுரத்தில் கிடைப்பது தெரிந்து நண்பரிடம் சொல்லி அந்தப் புத்தகத்தை வாங்கிப் படித்தேன். படித்தவுடனே தெள்ளத்தெள்ளிவாக முடிவு எடுக்க முடியும் என்பது உறுதிப்பட்டது.

ஏனென்றால் குருஷேவும் முழு உண்மை சொல்கிறார் என்று நம்பவில்லை. ஆனால் அவர் சொல்லக்கூடிய விஷயங்களில் ஒரு சதவிகிதம் உண்மையாக இருந்தால்கூட அந்தக் கட்சியில் உண்மையான அனுதாபியாக இருக்க முடியாது என்கிற முடிவுக்கு வந்துவிட்டேன்.

சோவியத் அமைப்பு அப்படியேதான் இருக்கும். சோவியத் யூனியனின் எல்லா விஷயங்களையும் ஸ்டாலின்தான் கெடுத்தார், நான் அதைச் சரி செய்யப் போகிறேன் என்கிறார். உயிருக்குப் பயந்து இந்த விஷயத்தை நேரடியாக வெளியில் சொல்ல முடியாமல் இருந்தது என்றார்.

இந்தச் சந்தர்ப்பத்தில் ரகுநாதனைக் கட்சி சம்பந்தமாகப் பார்ப்பது போன்ற விஷயங்களில்லாமல் ஒதுங்கி, புத்தகங்கள் படிப்பது, எழுதுவது போன்ற விஷயங்களில் ஈடுபட ஆரம்பித்தேன். தோழர்களைச் சந்திப்பதும் குறைந்துவிட்டது. ரொம்ப நெருக்கமான நண்பர் என்பது நாகர்கோவிலில் ராஜுதான். ராஜு, விசாலத்தை அடிக்கடி சந்தித்துக்கொண்டிருந்தேன். விசாலம் கட்சியிலிருந்தாள். நாவல்கள், சிறுகதைகள் எழுதியிருக்கிறாள். அந்தச் சமயத்தில் ஹங்கேரி புரட்சி வெடித்தது. அப்போது நான் பத்திரிகைகளை நெருக்கமாகக் கவனிக்க ஆரம்பித்தேன். நேரு பிரதமராக இருந்தார். நேரு எப்பவுமே ரஷ்யாவுக்குச் சாதகமாகத்தான் நாடாளுமன்றத்தில் பேசிக்கொண்டிருப்பார். ஆனால் இந்தக் குறிப்பிட்ட விஷயத்தில்தான் அவருக்குச் சிறிது மாறுபட்ட கருத்து இருந்தது. உண்மையாக எழுத்தாளர்கள்தான் புரட்சியை நடத்துகிறார்கள். இரண்டாவது அந்தத் தேசத்தைச் சின்னாபின்னப்படுத்திச் சோவியத் யூனியனில் இணைக்கப்படுகிற காரியங்களை மேற்கொள்கிறார்கள். அதற்கு எதிராக எழுத்தாளர்களின் தலைமையில்தான் புரட்சி நடக்கிறது. அதைப் படித்தவுடனே ரொம்ப அளவுக்கு ஈடுபாடு ஏற்பட்டது. அதில் சில பேர் கொல்லப்படுகிறார்கள். அந்த வரலாறெல்லாம் இப்போது மறந்துவிட்டேன்.

அந்தப் புத்தகங்களெல்லாம் திரும்பப் படித்ததும் கிடையாது. நிம்மதியான முடிவுக்கு அப்போதுதான் வந்தேன். ரகுநாதனுக்குக் கடிதாசி போட்டேன்.

நான் கம்யூனிஸ்ட் கட்சியிலிருந்து வெளியில் வந்துவிட்டேன். நாம் கூடுமானவரை நண்பர்களாக இருப்போம் என்று எழுதினேன். உள்ளூர் நண்பர்களிடமும் பகிரங்கமாகச் சொன்னேன். சோவியத் யூனியனின் எதேச்சாதிகாரத்தை எதிர்ப்பதுதான் முக்கியமான வேலையாக இருக்கும். ஸ்டாலினின் சர்வாதிகார ஆட்சி நடக்கிறது எங்கிற முடிவுக்கு நான் வந்தாகிவிட்டேன். "புது கட்சி ஆரம்பிக்கப் போறீங்களா?" உடனே பேச்சில் கிண்டல், எளக்காரம் எல்லாம் வந்துவிட்டன. என்ன செய்யப்போகிறேன் என்பது தெரியாது என்றதும், "நிறையப் பிரிட்டிஷ் ஆட்கள் இந்தியாவில் இருக்காங்க. அவங்ககூட இணஞ்சு கொள்ளுங்களேன்" என்று கிண்டல் செய்தார்கள். "இல்லை அமெரிக்காவுக்கே போயிடுவீங்களா?" என்றார்கள். நம்முடைய விஷயங்களுக்கெதிராக எதாவது செய்ய வேண்டும் என்றுதான் நினைத்துக் கொண்டிருக்கிறேன். உங்களுடன் இலக்கிய ரீதியான உறவோ அரசியல் ரீதியான உறவோ இனி இல்லை என்று சொல்லிவிட்டேன்.

நண்பர்களைச் சந்திப்பது இல்லை. சந்தித்தாலும் சிலர் சிரிப்பது, சிலர் சிரிக்காமல் இருப்பது, சிலர் பேசுவது, சிலர் பேசாமல் இருப்பது என்றாகிவிட்டது. அவர்கள் எங்கு பேசினாலும் எனக்கெதிரான கருத்தைச் சொல்வார்கள்.

விவரணைகள் எதுவும் சொல்லாமல் அவர் பிற்போக்குவாதி. இயற்கையாக அவருடைய பிண்ணனி சார்ந்து அவர் வெளியில் போனதொன்றும் ஆச்சரியப்படுவதற்கு இல்லை என்றெல்லாம் சொன்னார்கள்.

விஜயபாஸ்கரன்தான் *சோவியத் நாடு*வின் ஆசிரியராக இருந்தார். தெலுங்கு, மலையாளம், தமிழ், கன்னடம் ஆகிய நான்கு பாஷைகளிலுள்ள *சோவியத் நாடு* பத்திரிகைகள் அவருடைய பொறுப்பில் வந்தன. பணியாளர்கள் எல்லாரையுமே அவர்தான் தேர்ந்தெடுத்தார். முக்கியமான கம்யூனிஸ்ட்கள், கம்யூனிஸ்ட் எழுத்தாளர்கள் – மாஜினி, சிவச ் கரன் போன்றோர் – அங்கு வேலையில் சேர்ந்தார்கள். நிறையப் பெயர்களை மறந்துவிட்டேன். ஆனால் ரகுநாதன் அங்கு ரொம்பப் பின்னால்தான் போனார். ரகுநாதனுக்கும் விஜயபாஸ்கரனுக்கும் நல்ல நட்பு இருந்ததால் ரகுநாதனின் பிரச்சினைகளை விஜயபாஸ்கரனால் நன்கு உணர முடியும். வேலையில் பொருத்தமான சூழல் உருவாகும் வேளையில் ரகுநாதன் சேர்ந்து கொண்டார் என்கிற தகவல் எனக்குத் தெரியவந்தது. வெளி சம்பளத்தைவிட இரண்டு மடங்கு சம்பளம் வாங்கிக்கொண்டிருந்தார்கள். அந்தப் பத்திரிகை எனக்கு இலவசமாக வந்துகொண்டிருந்தது. அதில் ஒரு பக்கத்தை என்னால்

படிக்க முடியாது. சொன்னதையே சொல்லக்கூடிய கொஞ்சங்கூட மனித மனத்துக்கு வெளியே இல்லாத தியரிட்டிஸன்களின் வெள்ளைத்தனமான கட்டுரைகளை மொழிபெயர்த்து வைத்திருந்தார்கள். அது எனக்கு ரொம்ப வருத்தமாக இருந்தது. பல விஷயங்களையும் செய்ய வேண்டிய ஆட்கள், இந்தக் காரியத்தைப் போய்க் காலையிலிருந்து சாயங்காலம் வரையிலும் செய்துகொண்டிருக்கிறார்களே என்று. அவர்கள் இதை நம்புகிறார்களா இல்லையா என்றுகூடத் தெரியவில்லை. உள்ளூரப் பல ஆட்கள் நம்பியிருக்க மாட்டார்கள் என்றுதான் நினைக்கிறேன். அப்பவும் வெளியிலுள்ள ஆட்கள் முற்போக்காக நினைத்துக்கொள்வார்கள் என்கிற ஒரே காரணத்திற்காகப் பக்ககம் பக்கமாக மொழிபெயர்த்து, ஆயிரக்கணக்கான பக்கங்களைப் பத்து பதினைந்து வருடங்களாக மொழிபெயர்த்து, அதில் ஒன்றுகூடப் புத்தகமாக வராத விஷயந்தான் உருவாகியது. அவங்களுக்கு நல்ல வருமானம் வந்தது என்பதற்கு மேலாக உழைப்பை எல்லாம் வீணாக்கி விட்டார்களே என்று ஆத்திரமாக இருந்தது.

இன்னொரு பக்கத்தில் ரகுநாதன் பேரில் கோபம் வருவதற்குக் காரணம் அவருக்கு அந்த வருமானத்தைத் தரக்கூடிய வேறு விதமான பின்னணி எதுவுமேயில்லை. அங்குதான் வேலை செய்தாக வேண்டும். சோவியத் அலுவலகத்திற்குச் சென்று அவர்களைப் பார்க்கக் கூடாது என்று தீர்மானித்திருந்தேன். கெடுபிடி எல்லாம் தாண்டித்தான் அவர்களிடம் பேச வேண்டும். போய்ப் பார்த்த பல நண்பர்கள் சொல்லியிருக்கிறார்கள், “இரண்டு நிமிஷத்தில் உள்ளே போகவேண்டுமென்று பதட்டமாகப் பேசுறாங்க” என்று. சோவியத் நாடுவின் பகுதியான இந்த இடத்துக்குள்ளே இவ்வளவுதான் ஜனநாயகம் இருக்கிறதா? சாதாரண கவர்ண்மெண்ட் அலுவலகத்தில்கூடப் பத்து நிமிஷம் நிம்மதியாகப் பேசிக்கொண்டிருந்துவிட்டுப் போவார்களே என்று தோன்றியது. பார்க்க வருபவர்களை மிகவும் டிஸ்கரேஜ் செய்கிறார்கள் என்றும் சொன்னார்கள். அதனால் அவர்களைப் போய்ப் பார்க்கும் எண்ணத்தை விட்டுவிட்டேன்.

அழகிரிசாமியும் அதில் சேர்ந்தார். அழகிரிசாமி பேரில் எனக்குக் கோபம் வரவில்லை. ஏனென்றால் அவருக்கு அதற்கான நிர்ப்பந்தம் இருந்தது. இங்கேயாவது வேலைக்குப் போகிறாரே என்று நினைத்துக்கொண்டேன். அந்தச் சமயத்தில் எனக்குத் திடீரென்று ஒரு விஷயம் ஞாபகத்துக்கு வந்தது. இவங்க எல்லாருமே அரசியலை நிறுத்திவிட்டார்கள். இலக்கியத்தில், *தாமரை* மாதிரி பத்திரிகையில் கதைகள் எழுதுவது, அங்கு சில காரியங்களைச் செய்வது மட்டுமே எஞ்சின. விரிந்த தளத்தில்

இலக்கியம் பேசுவது நீங்கலாக, அரசியல் ரீதியான சர்ச்சையில் ஈடுபடுவதோ, ஊர்வலங்களில் பங்கெடுத்துக் கொள்வதோ எல்லாவற்றையும் விட்டுவிட்டார்கள்.

எப்போது அவர்கள் *சோவியத் நாடு*விடம் சம்பளம் வாங்குகிறார்களோ அப்போதுதான் அவர்கள் இந்தக் காரியத்தைத் தீர்மானமாகச் செய்ய வேண்டும். ஆனால் அரசாங்கத்தில் வேலை பார்த்துக்கொண்டிருந்த சமயத்தில் இந்தக் காரியங்களெல்லாம் செய்துகொண்டிருந்தார்கள். *சோவியத் நாடு*க்கு வேலை செய்கிற சமயத்தில் பத்திரிகைக்கு வெளியில்கூட இந்தக் காரியங்களைச் செய்ய முடியாமலாகிவிட்டது. இதெல்லம் ரொம்ப மனக் கஷ்டத்தைக் கொடுத்தது. இந்த விஷயத்தைப் பற்றி ஒரு மணி நேரம் சொல்லக்கூடிய விஷயங்களிருக்கிறது. இப்போது எல்லாருக்குமே வெட்ட வெளிச்சமாகிவிட்டது. மூடி மறைக்கக்கூடிய காலம் வரைக்கும் மூடி மறைத்துக்கொண்டு இருந்தார்கள். சோவியத் யூனியன் என்கிற விஷயமே சிதறிப் போய்விட்டது. இனிமேல் அது பற்றி ரொம்பப் பேசவேண்டாமென்று நினைக்கிறேன்.

1990 வரையிலும் நான் ரகுநாதனைச் சந்திக்கவேயில்லை. இதற்கிடையில் ரகுநாதன் ஓய்வுபெற்றுத் திருநெல்வேலியில் செட்டிலாகியிருக்கிறார். இந்தச் சமயம் நான் அவரைப் போய்ப் பார்த்தால் என்ன நினைப்பார்? அவரைப் பிரிந்து வந்ததிலிருந்து நடந்த விஷயங்களொன்றும் உவப்பாக இல்லை. நாங்கள் பார்த்திருந்தால் எதைச் சார்ந்து பேசியிருந்திருப்போம்? இலக்கிய ரீதியாக அவர் என்னைக் கடுமையாக விமர்சனம் செய்திருக்கிறார். நானும் விமர்சனம் செய்திருக்கிறேன். அவர் செய்ததில் எந்தத் தப்பும் இல்லை.

எனக்கு அவர் பேரில் உள்ளூர நல்ல எண்ணமும் விருப்பமும் இருந்ததால் காலச்சுவடின் முதல் கூட்டத்துக்கு ரகுநாதனைக் கூப்பிடும்படி கண்ணனிடம் வற்புறுத்திச் சொன்னேன். அவர் விமர்சனரீதியாகப் பேசினார். என் பேரில் பல குறைகளைச் சொன்னார். என்னுடைய புத்தகங்கள் வெளிவருவதற்கு அவர்தான் ஏற்பாடு செய்தார். அதை நான் யாரிடமுமே சொல்லாமல் மறைத்து வைத்துவிட்டேன். இவ்வளவு வருஷங்களில் எங்கேயும் இந்த விஷயம் சொல்லப்படவேயில்லை. இரண்டாவது, நான் அவருடைய கதைகளைத் தீர்த்துக் கட்ட முயற்சி செய்தேன். மூன்றாவது, மார்க்ஸிஸ்ட்களுக்கு ஒரு தியரி உண்டு. கலாசார விஷயங்கள் மேல்கட்டுமானமாக இருக்கிறது. அதைத் தீர்மானிப்பது கீழே இருக்கக்கூடிய அடித்தளமான அரசியல். அதனால் அரசியலுக்கு அப்பாற்பட்ட கலாசாரம் கிடையாது. இதிலிருந்து கலாசாரம் தனியாகப்

பிரிக்கிறார்கள். காலச்சுவடு ஆரம்பித்த காலத்திலெல்லாம் எந்தக் கம்யூனிஸ்ட்டுமே இந்தத் தியரியைச் சொல்லமாட்டார்கள். அந்தளவுக்குப் பழையதாகப் போய்விட்டது. நியூ மார்க்ஸிஸ்டுகள் அதன்மீது ஆதாரமாக விமர்சனம் வைத்திருக்கிறார்கள். எதிர் மார்க்ஸிஸ்ட்டைவிட நியூ மார்க்ஸிஸ்ட் வலுவான விவாதங்கள் வைத்து அது மார்க்சியத்தின் கட்டாயமான விதி அல்ல என்று சொல்லியிருக்கிறார்கள்.

ரகுநாதன் திரும்ப இந்த விஷயத்தைச் சொன்னது ஏமாற்றமாக இருந்தது. என்னால் முடிந்தளவுக்குப் பதில் சொன்னேன். என் புத்தகங்களை வெளியிடுவதற்கு ஏற்பாடு செய்ததைப் பற்றிச் சொல்லக் கூடாது என்கிற எண்ணம் இல்லை. பொருத்தமான சந்தர்ப்பத்தில் சொல்ல வேண்டும் என்றுதான் நினைத்திருந்தேன். அந்த மாதிரி பொருத்தமான சந்தர்ப்பம் அமையவில்லையே ஒழிய திட்டமிட்டு மறைக்க வேண்டும் என்கிற எண்ணம் இல்லை. உங்கள் சிறுகதைகளைப் பற்றி என் மனசில் என்ன நினைத்தேனோ அப்படியே சொன்னேன். இதற்கெல்லாம் ஓரளவுக்கு நீங்களும் க.நா.சுவும்தான் காரணம். நீங்கள் எந்த விஷயத்தையும் வெளிப்படையாகச் சொல்லாததால்தான் வெளியில் வந்தேன். க.நா.சுவைத் தேடிப்போனதிற்கும் காரணம் இதுதான்.

உங்களுடைய பார்வையும் என்னுடைய பார்வையும் அடிப்படையாகச் சுதந்திரத்தைப் பயன்படுத்த வேண்டும் என்பதே ஒழிய வேறொன்றுமில்லை. நான் வந்த முடிவு தவறாக இருக்கலாம், அது வேறு விஷயம். நான் எப்படி அந்த முடிவுக்கு வந்தேன் என்று பதில் சொல்ல வேண்டும். நான் அப்படி எழுதினேன் என்பதற்காக வருத்தப்பட வேண்டிய அவசியமில்லை. இதே மாதிரிதான் நீங்களும் உங்களுடைய *இலக்கிய விமர்சனத்தில்* முடிவு எடுக்கிறீர்கள் என்று சொன்னேன். அவர் ரொம்ப ஆவேசமாகப் பேசினார். நான் சரியாகப் பதில் சொன்னேன் என்று நினைக்கிறேன்.

1995க்குப் பிறகு அவருக்கும் எனக்கும் உள்ள உறவில் சின்ன மாற்றம் வந்தது.

புதுமைப்பித்தன் படைப்புகளை நல்ல முறையில் கொண்டு வரவேண்டுமென்கிற எண்ணம் எனக்குச் சிறுவயதிலிருந்தே இருந்தது. ஐந்திணைப் பதிப்பகம் போட்டாங்களே ஒரு தொகுப்பு. அதைப் பார்த்தவுடனே ரொம்ப வருத்தமாக இருந்தது. க்ரியாவுடன் நல்ல தொடர்பு இருந்தது. அப்போது புதுமைப்பித்தனின் மனைவி கமலாம்பாள் உயிரோடிருந்த காலம். நான் போய்க் கேட்டால் தருவதற்கான சந்தர்ப்பம்

இருக்கிறது. என்னுடைய புத்தகங்களைக் காட்டிக் கேட்போம் என்று சொன்னேன். ஆனால் க்ரியாவுக்கு ஈடுபாடு இல்லை. ஈடுபாடில்லை என்பதைத் தெரிந்து கொள்வதற்கே இரண்டு வருடங்கள்வரை ஆகிவிட்டன.

பின்னால் நான் பத்திரிகை ஆரம்பித்தபின் நண்பர்களுடன் சேர்ந்து புதுமைப்பித்தன் தொகுப்பை உருவாக்க முடியுமா என்று முயற்சி செய்தேன். அதற்கான கால கட்டம் உருவாகவில்லை. கண்ணன் வந்ததிற்குப் பின் – அவன் இதில் சம்பந்தப்படுவான் என்று நினைத்ததேயில்லை – சம்பந்தபட்டதிற்குப் பின் நானும் அவனும் பல தடவை பேசியிருக்கிறோம். அப்போது என் மனசில் ஒரு திட்டமும் கிடையாது. யாரைப் பார்த்துப் பேசுவது, எங்கிருந்து கதைகளைச் சேகரிப்பது? முன்னனுபவம் இல்லை. ரகுநாதனைப் போய்ப் பார்த்து அந்த விஷயங்களைச் சேகரித்தோம். வீட்டில் ஒரு கூட்டம் போட்டு அதில் ஆ.இரா. வேங்கடாசலபதியைத் தொகுப்பாசிரியராகத் தீர்மானம் பண்ணினோம். அதனுடைய வடிவம் என் மனசில் உருவாகும் காலம்வரை ஏழெட்டுத் தடவை ரகுநாதனைப் போய்ப் பார்த்தேன். பழைய விஷயங்கள் எதையும் மனசில் வைத்துக்கொள்ளாமல் கூடுமானவரை உதவிசெய்தார்.

புதுமைப்பித்தன் தொகுப்பைச் சலபதி ரகுநாதனுக்குச் சமர்ப்பணம் பண்ணினார். அது முக்கியமான சந்தோஷமான விஷயமாக இருந்தது. உரிய மரியாதையுடன் சலபதி அவருக்கு அக்னாலெட்ஜ் பண்ணியிருக்கிறார். அதெல்லாம் நல்ல விஷயங்கள். என்னுடைய ‘காகங்கள்’ வந்தவுடனே அதில் அவர் ‘அக்கரைச் சீமையில்’ தொகுதிக்கு எழுதிய முன்னுரை இருக்கே அதை மட்டும் தொகுப்பில் பின்னிணைப்பாக சேர்த்திருக்கிறோம். இப்படி அவருடைய உறவை விரும்புகிறோம் என்பதற்கு அடையாளம் மாதிரி பல காரியங்கள் செய்திருக்கிறோம். புத்தகம் வந்ததும் ரொம்ப நல்லா கொண்டு வந்திருக்காங்க என்று மிகவும் சந்தோஷப்பட்டார். நான் என்னுடைய ஆசை நிறைவேறிய மாதிரி நினைத்துக்கொண்டேன்.

அவரைச் சந்தித்தபோது என்னுடைய நீண்ட காலக் கனவு நிறைவேறியது என்று சொன்னார். அதன்பின் எனக்கும் அவருக்கும் மானசீகமான தொடர்பு விஷயங்களெல்லாம் வந்தது. நான் திருநெல்வேலி சென்றால் கூடுமானவரை அவரைப் போய்ப் பார்ப்பது, சிறிது நேரம் பேசிக்கொண்டிருப்பது என்கிற பழக்கம் ஏற்பட்டது. கடைசியாக சாகித்திய அக்காதெமி கூட்டத்தில் பேசுவதற்காகப் போயிருந்தேன். ரகுநாதனும் விவாதத்தில் கலந்துகொண்டு ஜெயமோகன் மற்ற எழுத்தாளர்கள் கதையைப் பற்றிச் சொல்கிற சமயத்தில், ஏதோ சந்தர்ப்பத்தில் ‘குழந்தைகள்

பெண்கள் ஆண்கள்' நாவலைக் குறிப்பிட்டு அது நன்றாக வரவில்லை என்று சொன்னார். அது சம்பந்தமான விவாதம் எதையும் நான் உருவாக்கவில்லை. அதற்கு முன்னால் 'ஜே.ஜே.:சில குறிப்புகள்' வந்ததும் ரகுநாதனின் எதிர்வினை என்னவாக இருக்கும் என்று தெரிந்துகொள்ள ஒரு ஆர்வம் இருந்தது. மற்ற தோழர்களெல்லாம் என்ன நினைக்கிறார்கள் என்பதைப் பற்றி நான் அக்கறைப்படவில்லை. ஆனால் ரகுநாதன் முழுமையாக அதை நிராகரித்தார் என்று கேள்விப்பட்டேன். எனக்கு அதில் ஏற்பட்ட வருத்தம் அவர் நாவலை ஏற்றுக்கொள்ளாததினால் அல்ல; அவர் ஏற்றுக்கொள்ளும்படியாக அந்த நாவல் இல்லை என்பது எனக்குத் தெரியும். என்னுடைய வருத்தம் அந்த நாவலில் உள்ள மொழிசார்ந்த புதுமையோ நாவலில் உள்ள முறையை உடைத்திருக்கக்கூடிய புதுமையோ என் மனசிலிருந்த கனவிலிருந்து அந்த நாவல் உருவாகியிருக்கிறது. அதில் ஓரளவுக்கு வெற்றி பெற்றிருக்கிறேன். ஆனால் அதிலுள்ள உள்ளடக்கம் எதையுமே ஒத்துக்கொள்ள முடியவில்லை என்கிற வார்த்தைகள் ஏமாற்றமாக இருந்தது. நான் அந்த விஷயங்களைப் பற்றிக் கடைசிவரை கேட்கவில்லை.

சாகித்திய அக்காதெமி கூட்டத்துக்குப் போயிருக்கிற சமயத்தில் அவர் ஆரோக்கியமாகத்தான் இருந்தார். அதற்கு முன்னால் அவருடைய மனைவி காலமாகிவிட்டார். அவருக்கு மனைவியிடம் ரொம்ப ஈடுபாடு என்பதால் அப்போது ரொம்ப பலவீனமாகி விட்டர். கொஞ்சங்கொஞ்சமாக மனசைத் தேற்றிக்கொண்டு, மனைவி காலமானதும் புகைபிடிப்பதை நிறுத்திவிட்டார். அதன் காரணமாகவே ஓரிரண்டு மாதங்களில் உடல்நிலை கொஞ்சம் தேறியதுபோல் தோன்றியது. அந்தக் காலகட்டத்தில் பல கூட்டங்களிலும் கலந்துகொண்டார்.

ஐந்து வருடங்களுக்கு முன்னால் எந்தச் செயல்பாடும் இல்லாமல் இருந்ததற்குச் சுறுசுறுப்பாகப் பல காரியங்களைச் செய்தார். எட்டயபுரம் நூல் நிலையத்துக்கு அவருடைய புத்தகங்களையெல்லாம் கொடுத்தார். பல சமயங்களில் ஆ. சிவசுப்பிரமணியன் எங்கள் வீட்டிற்கு அவரைக் கூட்டி வந்திருக்கிறார்.

புதுமைப்பித்தன் சம்பந்தமாக எனக்கும் அவருக்கும் கடிதப் போக்குவரத்து இருந்தது. புதுமைப்பித்தனின் திருட்டுக் கதை என்று சொல்வார்களே அதில் உண்மையில்லை என்பதை நிரூபிப்பதற்காகப் பல முயற்சிகளை மேற்கொண்டார். என்னிடம் தொடர்புகொண்டு உங்களுக்கு என்னென்ன காரியங்கள் செய்ய முடியும் என்று கேட்டார்.

சாகித்திய அக்காதெமி கூட்டத்தில் வைத்துதான் கடைசியாகப் பார்த்தது. அன்று நாங்கள் இருவரும் நிறையப் பேசிக்கொண்டிருந்தோம். அதன் பின் அவர் உடல்நிலை சரியில்லாமல் இருக்கிறார் என்கிற தகவல் கிடைத்தது. திடீரென்று ஒரு நாள் ஆ. சிவசுப்பிரமணியனிடமிருந்து ஃபோன் வந்தது. ரகுநாதன் காலமான செய்தியைத் தெரியப்படுத்தினார். நானும் கண்ணனும் திருநெல்வேலிக்குப் போனோம்.

கட்சி ஆட்கள், மற்ற ஆட்களுமாக நல்ல கூட்டம் இருந்தது. நான் கிளம்புவதாக இருந்தேன். காடு பக்கத்தில்தான் இருக்கிறது. எல்லாரையும் வேன் வைத்துக் கூட்டிப்போகிறார்கள் என்றார்கள். அடக்கம் முடிந்தபின் நடக்கும் கூட்டத்தில் நீங்கள் பேச வேண்டுமென்று ஆர். நல்லகண்ணு விரும்புகிறார் என்று சொன்னார்கள்.

நல்லகண்ணு பேரில் எனக்கு மதிப்பு இருந்தது. அவருக்கு மரியாதை கொடுக்க வேண்டும் என்று நானும் கண்ணனும் வேனில் போனோம். எல்லாரும் பேசினார்கள், நானும் பேசினேன். திடீரென்று *இந்தியா டுடே*யிலிருந்து ஃபோன் வந்தது. ஒரு பக்கம் எழுதித் தரும்படி. அவரைப் பற்றி என் மனசிலிருந்த எண்ணங்களை எழுதி அனுப்பினேன்.

அவருடைய பெயர் இளைய தலைமுறைக்குத் தெரியும்படி பல காரியங்கள் நடக்க வேண்டும் என்று நினைக்கிறேன். எனக்கு அவரைப் பற்றிக் குறைகளோ விமர்சனங்களோ இருந்தாலும்கூட, தமிழ் இலக்கியத்தைப் பொறுத்தவரை அவர் ஒரு முக்கியமான ஆளுமை என்பதுதான் என் அபிப்பிராயம்.

பின்னிணைப்பு

ரகுநாதன்: ஒரு சந்திப்பு

நேற்று (19.07.95) காலை ரகுநாதனைச் சந்திக்க நெல்லை போனேன். முன்தினம் தொலைபேசியில் தொடர்புகொண்டு மறுநாள் காலை நான் வர இருப்பதைத் தெரிவித்திருந்தேன். சிறு வயதிலிருந்தே பாளையங்கோட்டை வெயில் எனக்குச் சிம்ம சொப்பனம். நேற்று மப்பும் மந்தாரமுமாக இருந்தது. ரகுநாதன் என்னை எதிர்பார்த்துக்கொண்டிருந்தார். அவருக்கு இப்போது 73 வயது. சட்டை அணியாமல் வெற்றுடம்புடன் இருந்தார். சிறிய உடல்வாகு என்பதால் தளர்ச்சியும் தொய்வும் தூக்கலாகத் தெரியாமல் இருந்தன. சென்ற வருடம் அவருக்கு மாரடைப்பு நோய் கண்டிருக்கிறது. நல்லவேளை கடுமையான தாக்குதலாக இருக்கவில்லை. வலது கையில் முட்டுக்குக் கீழ் விரல்கள் வரையிலும் வலி இருப்பதால் எழுத சிரமம் என்றார். சொல்லி எழுதச் செய்யும் பழக்கம் அவரிடம் இல்லை.

புதுமைப்பித்தனின் கையெழுத்துப் பிரதிகளையும், அச்சேறியும் தொகுக்கப்படாத எழுத்துகளையும் திரட்டுவதற்கு ரகுநாதனின் ஒத்துழைப்பைப் பெறவே நான் அவரைச் சந்திக்கச் சென்றேன்.

ரகுநாதன் தன் கைவசம் புதுமைப்பித்தன் தனக்கு எழுதிய கடிதங்கள் ஒரு சிலதான் இருக்கின்றன என்றார். புதுமைப்பித்தனிடம் தொடர்பு ஏற்பட்ட பின்பு ரகுநாதன் சென்னையிலேயே அதிகம் இருந்திருக்கிறார். அதனால் புதுமைப்பித்தன் ரகுநாதனுக்கு எழுத சந்தர்ப்பம் அதிகம் இருக்க வில்லை. அவர் எழுதியுள்ள கடிதங்களில் சர்ச்சைக் குரிய விஷயங்களும் இருக்கின்றன என்றார்.

உதாரணமாக பி. ஸ்ரீயைப் பற்றிப் புதுமைப்பித்தன் விமர்சித்து எழுதியிருப்பது. காலம் மாறியதில் சூழலும் மாறிவிட்டது என்றும், இக்கடிதங்களை அச்சேற்றினால் பி. ஸ்ரீயைப் பற்றி அடிக்குறிப்பு போடும் அளவுக்குப் புதிய தலைமுறையினருக்கு அவர் பெயர் தெரியாமல் போய்விட்டது என்றும் நான் சொன்னேன்.

சமீபத்தில் ரகுநாதன் புதிய வீட்டிற்குக் குடிவந்திருக்கிறார். இட மாற்றம் செய்யப்படுவதற்காகப் புத்தகங்களும் கையெழுத்துப் பிரதிகளும் கோப்புகளும் மூட்டைகளாகக் கட்டிப் புதிய வீட்டிற்குக் கொண்டுவரப்பட்டிருக்கின்றன. அவற்றிலிருந்து புதுமைப்பித்தனின் கையெழுத்துப் பிரதிகளையும் கடிதங்களையும் தேடி எடுக்க அவகாசம் வேண்டும் என்றார். கடிதங்கள் தவிர ஆரம்பப் பக்கங்கள் மட்டும் எழுதப்பட்டுள்ள புதுமைப்பித்தனின் 'அன்னையிட்ட தீ' என்ற நாவலின் கையெழுத்துப் பிரதியும் தன் கைவசம் இருக்கிறது என்றார். இவற்றிலிருந்து ஒரு பகுதி ரகுநாதன் நடத்திய சாந்தி இதழில் வெளியிட்டிருப்பது என் நினைவுக்கு வந்தது.

ரகுநாதனுக்குக் கிடைத்துள்ள பு.பி.யின் அச்சேற்றப்பட்ட ஆனால் தொகுக்கப்படாத எழுத்துகள் அனைத்தையும் தான் ஸ்டார் பிரசுரம் நிர்வாகி திரு. கண. ராமநாதனிடம் கொடுத்திருப்பதாகச் சொன்னார். இவை சுமார் நாற்பது ஆண்டுகளுக்கு முன்னர் கொடுக்கப்பட்டவை. புதுமைப்பித்தன் 'ரசமட்டம்' என்ற தலைப்பில் எழுதியுள்ள காரசாரமான விமர்சனம் கண. ராமநாதனிடம் இருக்கக்கூடும் என்றார். ரகுநாதன் முயற்சி எடுத்துக்கொண்டால் கண. ராமநாதனிடமிருந்து அவற்றைப் பெற்று மறு அச்சாக்கம் செய்ய முடியும் என்றும், புதுமைப்பித்தன் எழுத்துகளைத் திரட்டுவதற்கு இப்போது தீவிரமான முயற்சி மேற்கொள்ளவில்லையென்றால் அவற்றில் பலவும் காலத்தால் அழிந்து போகும் வாய்ப்பு உள்ளது என்றும் நான் சொன்னதும் ரகுநாதனும் அதை ஆமோதித்தார். கண. ராமநாதனுக்குப் புதுமைப்பித்தனின் எழுத்துகளைத் தன் முகவரிக்கு அனுப்பிவைக்கும்படி கேட்டுக்கொண்டு கடிதம் எழுத வேண்டும் என்று நான் சொன்னதற்கு அவர் இசைவு தெரிவித்தார். ரகுநாதன் தொலைபேசியிலும் கண. ராமநாதனைத் தொடர்புகொண்டு பேச வேண்டும் என்று நான் வற்புறுத்திச் சொன்னேன். இதற்குச் சம்மதம் தெரிவிக்காமல் மௌனமாக இருந்தார்.

புதுமைப்பித்தனின் மனைவி கமலாம்பாளுடன் தனக்கு இப்போது நல்லுறவு இல்லை என்று ரகுநாதன் சொன்னார். (ரகுநாதன் கமலாம்பாள் பற்றிப் பேசிக்கொண்டிருந்தபோது அவர் 17.07.95

இரவு 11.15 மணிக்கு இயற்கை எய்திவிட்டிருந்த செய்தி எங்கள் இருவருக்குமே தெரியாது.) 1950களில் ரகுநாதனும் ப.கோதண்டராமனும் தமிழ் எழுத்தாளர் சங்கத்தில் காரியதரிசிகளாக இருந்திருக்கிறார்கள். அப்போது ரகுநாதனுக்கு 30 வயதுக்குள் இருக்கும். தலைவராக இருந்தவர் கல்கி ரா. கிருஷ்ணமூர்த்தி. எழுத்தாளர் சங்கம் முன் முயற்சி எடுத்து புதுமைப்பித்தனுக்கு நிதி திரட்ட வேண்டிய அவசியம் பற்றி ரகுநாதன் சங்கக் கூட்டத்தில் சொல்லியிருக்கிறார். தலைவர் கல்கி இந்த யோசனையை முதலில் தட்டிக்கழிக்கப் பார்த்தாராம். ஆனால் செயற்குழுவில் சி.சு. செல்லப்பா, க.நா.சு. போன்ற எழுத்தாளர்கள் இருந்ததால் அவர்களும் சேர்ந்து வற்புறுத்த, அடுத்த கூட்டத்தில் யோசிக்கலாம் என்று முதலில் சொன்ன கல்கி தன் எண்ணத்தை மாற்றிக்கொண்டு நிதி திரட்ட வேண்டிய அவசியத்தை அப்போதே ஏற்றுக்கொண்டாராம். இந்தப் பொறுப்பை ஏற்றுக்கொண்ட பின்பு கல்கி நன்றாகவே செயல்பட்டார் என்றார் ரகுநாதன். சுமார் 17,000 ரூபாய் வரையிலும் வசூலாயிற்று என்றும், இது அந்தக் காலத்தில் பெரிய தொகை என்றும், இப்போதைய இரண்டு லட்சம் ரூபாய்க்கு நிகரானது என்றும் சொன்னார். டி.கே. சண்முகம் ஒரு நாடகம் நடத்தி வசூலைப் புதுமைப்பித்தன் நிதிக்குத் தந்ததையும் குறிப்பிட்டார். மலேசியாவிலிருந்தும் இலங்கையிலிருந்தும் கணிசமான பணம் வந்து சேர்ந்திருக்கிறது. இந்தப் பணத்தை வைத்து சிறு வீடு ஒன்றைக் கல்கி வாங்க, முதன்முதலாகக் கமலாம்பாள் சென்னையில் தன் சொந்த வீட்டிற்குக் குடிபோயிருக்கிறார். அதற்கு முன்னால் புதுமைப்பித்தனின் நண்பரான கி.ரா., பி.எஸ். ராமையா ஆகியோரின் குடும்பத்தினருடன் அவ்வப்போது தங்க வேண்டிய நிர்ப்பந்தம் அவருக்கு ஏற்பட்டிருந்தது.

நிதி திரட்டும் காலத்தில்தான் புதுமைப்பித்தனின் வாழ்க்கையைப் பற்றியும் வாசகர் தெரிந்துகொள்ள வேண்டும் என்ற எண்ணத்தில் ரகுநாதன் பு. பி.யின் வாழ்க்கை வரலாற்றை எழுத முற்பட்டிருக்கிறார். அதற்கு அவருக்கு மணிக்கொடி தொகுப்புகள் தேவைப்பட்டிருக்கின்றன. அத்தொகுப்புகளை மணிக்கொடி எழுத்தாளர்களான வ.ரா., பி.எஸ். ராமையா, சி.சு. செல்லப்பா போன்ற பலரிடம் கேட்டபோதும் அந்தத் தொகுப்புகளை அவர்கள் தந்து உதவவில்லை என்பது ரகுநாதனுக்கு ஏமாற்றத்தை அளித்திருக்கிறது. புதுமைப்பித்தனின் வாழ்க்கை வரலாற்றை ரகுநாதன் எழுதுவதில் மணிக்கொடி எழுத்தாளர்கள் பலருக்கும் மனத்தடை இருந்திருக்கிறது. முடிவில் மணிக்கொடி தொகுப்பைப் புதுமைப்பித்தனின் இளமைக்கால நண்பரான நெல்லை பேராசிரியர் கே.எஸ். சோணாசலம் தந்திருக்கிறார். இவர் ரகுநாதனின் ஆசிரியரும்கூட.

அந்தக் காலத்தில் புதுமைப்பித்தன் மட்டுமல்ல, வேறு பல எழுத்தாளர்களும் மோசமான பணமுடை ஏற்படுகிறபோது தங்கள் கையெழுத்துப் பிரதிகளை சொற்ப விலைக்கு வெளியீட்டாளர் களுக்கு விற்றிருக்கிறார்கள். புதுமைப்பித்தனும் தனக்குப் பொருளாதார நெருக்கடி இருந்த நேரத்தில் தன்னிடமிருந்த பல கையெழுத்துப் பிரதிகளையும் தமிழ்ச் சுடர் நிலையம் அ. கி. கோபாலனிடம் தந்து அதற்குப் பணம் பெற்றுக்கொண் டிருக்கிறார். ஆனால் அ. கி. கோபாலனுக்குப் புதுமைப்பித்தன் தன் எழுத்துகளுக்கான பதிப்புரிமையை விற்கவில்லை. அ. கி. கோபாலனோ அவரிடம் புதுமைப்பித்தன் தந்த எழுத்துப் பிரதிகளுக்குத் தன்னிடமே பதிப்புரிமை இருப்பது போன்ற பாவனையில் அவற்றை வெளியிட்டுப் புத்தகங்களுக் குரிய ராயல்டி தொகையைத் திருமதி கமலாம்பாளுக்குத் தராமலும் இருந்ததினால் அவர்மீது நீதிமன்றத்தில் வழக்குத் தொடர வேண்டிய கட்டாயம் ஏற்பட்டது. இதையும் முன்கை எடுத்துச் செய்தவர் ரகுநாதன்தான். இந்த வழக்கு கீழ்க் கோர்ட்டில் தோற்று உயர்நீதிமன்றத்தில் வெற்றிபெற்றது. இந்த வழக்கில் தான் சாட்சி சொல்லவும் நேர்ந்தது என்றார் ரகுநாதன். இதுபோல் பல உதவிகளைத் தான் செய்திருந்தும்கூட மனஸ்தாபம் கொள்ளும்படி கமலாம்பாள் தன்னிடம் நடந்துகொண்டார் என்பதற்கு ஒரு நிகழ்ச்சியை நினைவுகூர்ந்தார் அவர்.

ஒருமுறை கமலாம்பாள் குடியிருந்த பகுதிக்கு வேறு வேலையாகச் சென்ற ரகுநாதன் அவரைச் சந்திக்கும் பொருட்டு அவர் வீட்டிற்கும் சென்றிருக்கிறார். கமலாம்பாள் வேறு விஷயங்களைப் பேசிக்கொண்டிருந்ததற்கு நடுவில் ரஷ்ய மொழியில் மொழிபெயர்க்கப்பட்டுள்ள புதுமைப்பித்தனின் சிறுகதைகளுக்கு ஏதும் ராயல்டி பணம் கிடைக்குமா என்று விசாரித்திருக்கிறார். சோவியத் யூனியன் உலக காப்பிரைட் சட்டத்திற்குக் கட்டுப்பட்டுக் கையெழுத்துப் போடவில்லையென்றும், ரஷ்ய இலக்கியத்தை எவர் வேண்டுமென்றாலும் அனுமதியின்றி மொழிபெயர்க்கலாம் என்றும், அதேபோல் பிற மொழி உலக இலக்கியங்களை அனுமதியின்றி மொழிபெயர்க்கத் தங்களுக்கு உரிமை இருக்கிறது என்ற நிலைபாட்டை சோவியத் அரசு எடுத்திருப்பதாகவும் ரகுநாதன் கமலாம்பாளிடம் சொல்லியிருக்கிறார். இந்தப் பேச்சு அவர்களுக்குள் நிகழ்வதற்கு இரண்டொரு நாட்களுக்கு முன்னால் கமலாம்பாளுக்குத் தமிழ்நாட்டு லாட்டரிச் சீட்டில் இரண்டு லட்ச ரூபாய் பரிசு விழுந்திருக்கிறது. பரிசுக்குரிய தொகையை அவர் மீ.ப. சோமு மூலம் பெறுவதற்கு முயற்சி எடுத்துக்கொண்டும் இருந்திருக்கிறார். ஆனால் தான் பரிசு பெற்ற செய்தியை அவர் ரகுநாதனிடம் சொல்லவில்லை

என்றார் ரகுநாதன். புதுமைப்பித்தன் குடும்பத்திற்கு நெருக்கமாக நின்று பல்வேறுபட்ட காரியங்களையும் செய்வதில் முன் நின்ற தன்னிடம் கமலாம்பாள் திட்டமிட்டு இச்செய்தியை மறைத்தது ரகுநாதனுக்கு மிகுந்த வருத்தத்தை அளித்திருக்கிறது. 'அதன்பின் நான் அவரிடம் தொடர்புகொள்ளவில்லை' என்றார் ரகுநாதன்.

புதுமைப்பித்தனுடைய எழுத்துகள் மணிக்கொடியில் வெளிவந்து கொண்டிருந்த காலத்திலிருந்தே அவருக்கு எதிரான ஒரு மனோபாவம் மணிக்கொடி எழுத்தாளர் பலரிடத்திலும் செயல்பட்டிருக்கிறது என்று ரகுநாதன் கூறினார். ஜாதிப் புத்தியும் புதுமைப்பித்தன் எழுத்தில் வெளிப்பட்ட திறனில் பொறாமையும் இதற்குக் காரணமாக இருந்திருக்கலாம் என்று நான் சொன்னேன். ரகுநாதனுக்கும் அதே அபிப்ராயம்தான், அவர் வெளிப்படையாகச் சொல்லவில்லை என்றாலும். புதுமைப்பித்தனுடைய சிறுகதைகளுக்கு ரா.ஸ்ரீ. தேசிகன் எழுதியுள்ள முன்னுரையில் புதுமைப்பித்தன் சிறுகதைகளை மேற்கத்திய ஆசிரியர்கள் பலருடனும் ஒப்பிட்டுப் பேசியிருப்பது அப்போதே இருந்த நோயின் வெளிப்பாடு என்று ரகுநாதன் சொன்னார். மேற்கத்திய எழுத்திலிருந்து தழுவியும் திருடியும் புதுமைப்பித்தன் எழுதிவருவதற்கான ருசுவை உருவாக்கும் ஆரம்ப முயற்சியாக ரகுநாதன் அதைப் பார்க்கிறார். என் சிறுவயதில் நான் மிகவும் விரும்பிப் பலமுறை படித்திருக்கும் முன்னுரை இது. மேல்நாட்டு எழுத்தாளர்களுக்கு இணையாகப் புதுமைப்பித்தன் எழுதுகிறார் என்பதைக் காட்டவே ரா.ஸ்ரீ. தேசிகன் மேற்கத்திய எழுத்தாளர்களுடைய பெயர்களைக் குறிப்பிடுகிறார் என்றே நான் கருதிவருகிறேன். புதுமைப்பித்தனின் படைப்பு ஆளுமையின் அடிப்படையான குணத்தை முதலில் வரையறுப்பதில் ரா.ஸ்ரீ. தேசிகன் சிறப்பாக வெற்றிபெற்றிருக்கிறார் என்று நான் கருதுவதாகச் சொன்னேன். இப்போது ஐந்திணைப் பதிப்பகம் வெளியிட்டுள்ள புதுமைப்பித்தனின் முழுமையான சிறுகதைத் தொகுப்புக்கு ஜெயகாந்தன் எழுதியுள்ள முன்னுரையில் ரா.ஸ்ரீ. தேசிகனின் மதிப்பீட்டை அவருடைய வார்த்தைகளிலேயே மேற்கோளாகப் படித்தபோது இன்று வரையிலும் செல்லுபடியாகிக்கொண்டிருக்கும் ஒரு மதிப்பீடாகவே எனக்கு அது பட்டது என்றும் சொன்னேன். இதே எண்ணம்தான் ஜெயகாந்தனுக்கும் இருப்பதாக எனக்குப் படுகிறது என்றேன். மணிக்கொடியில் எழுத்தாளர்களிடையே இருந்த ஜாதிப் புத்தியைப் பற்றி எதுவும் தெரியாத நிலையிலும் புதுமைப்பித்தன் தன் படைப்புகளுக்கு எழுதியுள்ள முன்னுரையில் தனக்கு எதிராகச் சூழ்ந்து நிற்கும் ஒரு குறுகிய மனோபாவத்திற்குப் பதில் சொல்லும் தோரணை இருப்பதை முன்பே நான் உணர்ந்திருக்கிறேன்

என்றும், இதைப் புதுமைப்பித்தனைப் பற்றி நான் எழுதியுள்ள ஒரு கட்டுரையில் குறிப்பிட்டிருக்கிறேன் என்றும் சொன்னேன். இதை ரகுநாதன் சரிவரக் காதில் வாங்கிக்கொண்டாரா என்பது எனக்குச் சந்தேகமாக இருந்தது.

ஜாதிப் புத்தி காரணமாகத் தொடர்ந்து புதுமைப்பித்தனுக்கு எதிராக இருந்த ஒரு மனோபாவத்தைக் கோடிகாட்டிப் பேசிக்கொண்டே போனார் ரகுநாதன். க.நா.சு.வின் மதிப்பீடு களையும் அவர் நினைவுப்படுத்தினார். அவருடைய கட்டுரைகளில் கு.ப.ரா.வையும் புதுமைப்பித்தனையும் ஒப்பிட்டுப் பேசும்போது புதுமைப்பித்தனைவிடக் கு.ப.ரா.வுக்கு அதிக முக்கியத்துவம் தந்து பேசியிருக்கிறார் என்றார். 'மூன்று பார்வைகள்' என்ற தலைப்புக் கொண்ட புத்தகத்தில் அசோகமித்திரனின் பு.பி. பற்றிய கட்டுரையும் புதுமைப்பித்தனின் தகுதியைத் தாழ்த்தும் நோக்கம் கொண்டது என்றார். பு. பி. பற்றிய விமர்சனங்களை ரகுநாதன் முழுமையாக எழுத்தில் பதிவு செய்ய வேண்டும் என்றும், அவற்றை அவர் பதிவு செய்தால் அச்சேற்றும் பொறுப்பை நானும் என் நண்பர்களும் ஏற்றுக்கொள்ள முடியும் என்றும் நான் அவரிடம் சொன்னேன். அத்துடன் தன் வாழ்க்கைப் பின்னணியில் நடந்துள்ள இலக்கியச் சந்திப்புகள், பிற எழுத்தாளர்களுடனான தொடர்புகள், புத்தகங்கள், எழுத்தாளர்கள் பற்றிய மதிப்புரைகள் எல்லாவற்றையும் அவர் விரிவாக எழுதிப் பதிவு செய்ய வேண்டும் என்ற என் ஆசையை அவரிடம் தெரிவித்தேன். இப்பொறுப்பை ஏற்றுக்கொண்டிருப்பதற்கான அறிகுறிகள் ஒன்றும் அவரிடம் வெளிப்படவில்லை. உடல் நிலை பெரிய தடை என்றாலும்கூட அதுவே முழுமையான தடை அல்ல என்றும் எனக்குத் தோன்றிற்று.

ரகுநாதன் தன் பேச்சில் சில நிகழ்வுகளை நினைவுகூர்ந்தார். கோவையில் நடந்த எழுத்தாளர் மாநாட்டில் ரகுநாதனும் கு. அழகிரிசாமியும் கலந்துகொண்டிருக்கிறார்கள். கூட்டத்தில் ரகுநாதன் பேசும்போது பாரதியிடம் பெரும் மதிப்புக்கொண்ட அவர் இயற்கையாகவே பாரதியைப் பற்றி மிக உயர்வாக மதிப்பிட்டுப் பேசினார் என்றாலும்கூட, பாரதியை ஒருமையிலேயே குறிப்பிட்டிருக்கிறார். பேசி முடிந்ததும் பாரதிதாசன் அவரை அழைத்து 'என்ன நீங்க, அய்யரை ஏகவசனத்திலே கூப்பிட்டுப் பேசினீங்க? நல்லாயில்லையே' என்றாராம். ரகுநாதன் அதற்கு 'யார் யார்கிட்ட எனக்கு நெருக்கமான உறவு இருக்கோ அவங்களையெல்லாம் நான் ஏகவசனத்திலேதான் பேசுவேன். எங்க அம்மாவை நான் ஏகவசனத்திலேதான் கூப்பிடுகிறேன். எங்க அப்பாவைக்கூட அப்படி கூப்பிடவில்லையே' என்றாராம்.

ரகுநாதன் மணிக்கொடியைப் பற்றி ஒரு கட்டுரையில் எழுத நேர்ந்தபோது பி.எஸ். ராமையாவும் புதுமைப்பித்தனும் தாயும் தந்தையுமாக இருந்து பேணி வளர்த்ததுபோல் இதழ் இருக்கிறது என்று குறிப்பிட்டிருக்கிறார். மறுமுறை வ.ராவை ரகுநாதன் சந்திக்க நேர்ந்தபோது அவர் ரகுநாதனிடம் வருத்தப்பட்டுப் பேசினாராம். 'என்ன நீ, மணிக்கொடிக்குப் புதுமைப்பித்தனும் ராமையாவும் தாயும் தந்தையும் அப்டீன்னு எழுதியிருக்கே. நானும் மணிக்கொடி ஸ்ரீநிவாசனும் அல்லவா தாயும் தந்தையுமா இருந்து அதை வளர்த்தோம்' என்று கேட்டாராம். அதற்கு ரகுநாதன் 'மணிக்கொடிக்கு யார் தாயும் தந்தையும்னு எனக்குத் தெரியாது. ஆனால் குழந்தையைப் பார்த்தா அவுங்க ஜாடைதான் தெரியுது. அதனாலேதான் அப்படி எழுதினேன்' என்றாராம்.

நாகர்கோவில் பக்கம் பாம்பன்விளையில் நடக்கும் எழுத்தாளர் கூட்டத்தில் கலந்துகொண்டு புதுமைப்பித்தனைப் பற்றிப் பேச வேண்டும் என்று நான் ரகுநாதனை அழைத்தேன். உடல்சோர்வு அதிகமாக இருக்கிறதென்றும், பயணத்தை மேற்கொள்வது சிரமமானது என்றும் ரகுநாதன் சொன்னார். இப்போதுதான் எங்குமே போவதில்லை என்றும், நேர்த்திக் கடன்போல் வருடத் திற்கு ஒருமுறை எட்டயபுரம் பாரதி விழாவிற்கு மட்டுமே போய்வருவதாகவும் சொன்னார். எட்டயபுரத்தில் ஒரு பாரதி ஆராய்ச்சி மையம் நிறுவ வேண்டும் என்பதில் அவர் மிகுந்த அவாவுடன் இருக்கிறார்.

புதுமைப்பித்தனின் எதிர்மறையான விஷயங்களும் ரகுநாதனுக்குத் தெரியும். இந்த எதிர்மறையான விஷயங்களைப் பற்றி எனக்குச் சந்தேகங்கள் இருந்தன என்றாலும் ஆதாரங்கள் எதுவும் இல்லாததால் அவற்றைப் பற்றி நான் ஒன்றும் சொல்ல விரும்ப வில்லை. பல வருடங்களுக்கு முன்னால் திருச்சி ரேடியோ நிலையத்தில் ரகுநாதனிடம், 'புதுமைப்பித்தன் கொஞ்சம் துடுக்காகப் பேசுவாரோ?' என்று பொருள்பட நான் கேட்டதற்கு ரகுநாதன் பூசி மெழுகிப் பதில் சொன்னது எனக்கு நினைவுக்கு வந்தது. உண்மையை மறைக்க வேண்டும் என்பதல்ல ரகுநாதன் நோக்கம். புதுமைப்பித்தனிடம் அவர் ஆழ்ந்த பிரியம் கொண்டவர். நவீனத் தமிழ் இலக்கியத்தில் அவரை வெகுவாகக் கவர்ந்து இருப்பவர் இருவர்தான். பாரதியும் புதுமைப்பித்தனும். பாரதியைப் பற்றிய அவருடைய மதிப்பீட்டிற்கும் புதுமைப்பித்தனைப் பற்றிய அவருடைய மதிப்பீட்டிற்கும் நெருக்கமான உறவு இல்லை. அவை வேறுபட்ட பார்வைகள் அவரிடம் இருப்பதையே காட்டுகின்றன.

புதுமைப்பித்தன் ரொம்பவும் குத்திப் பேசுவார் என்றார் ரகுநாதன். மனம் புண்படும்படியும் அவர் பேசுவாராம். மணிக்கொடி

கோஷ்டியைச் சேர்ந்த பலரையும் – முக்கியமாகச் செல்லப்பாவை – அவர் மனம் புண்படும்படி பேசியிருக்கிறார் என்றார். அவரிடம் சில்லறை விஷமங்களும் இருந்தன. அத்துடன் பாலுணர்வு சார்ந்த விரசமான புத்தகங்களையும் அவர் படித்து வந்திருக்கிறார். மூர் மார்க்கெட்டில் அந்தக் காலத்தில் தாஸன் என்ற பெயரில் ஒரு புத்தகக் கடைக்காரர் இருந்திருக்கிறார். இவர் புத்தகங்களின் தரங்கள் பற்றியும் அவற்றிற்குரிய சந்தை விலையைப் பற்றியும் நுட்பமாக அறிந்தவர். *மணிக்கொடி* கோஷ்டியைச் சேர்ந்த பி.எஸ். ராமையா, கி.ரா., க.நா.சு. எல்லோருக்கும் இவருடன் தொடர்பு இருந்திருக்கிறது. இவரிடம் பாலியல் ஆபாசப் புத்தகங்களும் இருந்திருக்கின்றன. இவற்றை அவர் அதிகப் பணத்திற்கு இரவல் தருவாராம். இவரிடமிருந்த ஆபாசப் புத்தகங்களில் பல கையெழுத்துப் பிரதிகளாகவே இருந்திருக்கின்றன. 'ஒரு ரஷ்ய இளவரசியின் அந்தரங்க டயரி' என்பது அந்தக் காலத்தில் ஒரு உச்சகோடி ஆபாச நாவலாகக் கருதப்பட்டது என்றார் ரகுநாதன். அதைப் புதுமைப்பித்தன் உள்பட *மணிக்கொடி* எழுத்தாளர்கள் பலரும் படித்தார்கள் என்று அவர் சொன்னார். இந்த புத்தகத்தைப் படித்த பின்பு பாலுணர்வு ஆபாசம் சொட்டும் ஒரு நாவலை புதுமைப்பித்தன் எழுதினார் என்றும், அது கமலாம்பாளிடம் இருக்கிறது என்றும் அவர் தெரிவித்தார். 'எதற்காக இந்த மாதிரி ஒரு புத்தகத்தை எழுதினீங்க?' என்று புதுமைப்பித்தனிடம் ரகுநாதன் கேட்டாராம். 'தமிழ் மட்டும் தெரிஞ்சவனுக்கு ஆபாசப் புத்தகம் படிக்க வேண்டாமா?' என்று திருப்பிக் கேட்டாராம் புதுமைப்பித்தன்.

சமீபத்தில் வெளிவந்துள்ள 'கண்மணி கமலாவுக்கு' என்ற புத்தகத்தைப் பார்த்தீர்களா என்று நான் ரகுநாதனிடம் கேட்டேன். தான் அந்தப் புத்தகத்தை இன்னும் பார்க்கவில்லை என்றும், ஆனால் அதில் சேர்க்கப்பட்டுள்ள ஒரு சில கடிதங்கள் பற்றி தனக்குத் தெரியும் என்றும் சொன்னார். அந்தக் கடிதங்களில் புதுமைப்பித்தன் கமலாம்பாளுக்குத் தரும் வாக்குறுதிகள் அவ்வளவும் பொய் என்றார். பொய் என்ற சொல்லை இரண்டு மூன்று முறை அவர் பயன்படுத்தினார். அந்தச் சொல்லைக் கேட்க எனக்குச் சங்கடமாக இருந்தது. கற்பனை என்ற சொல்லை அவர் பயன்படுத்த வேண்டும் என்றும் எனக்குத் தோன்றிற்று. என்மீது அவர் வைத்திருக்கும் நம்பிக்கையினால்தான் அந்தச் சொல்லை அவர் பயன்படுத்தினார் என்றும் நினைத்தேன். எந்த வாழ்க்கையிலும் மேடும் பள்ளமும் இருக்கின்றன. ஆனால் புதுமைப்பித்தன் வாழ்க்கையில் பள்ளம் மட்டும்தான் இருந்திருக்கிறது என்று நான் சொன்னேன். எதுவும் அவருக்குக் கூடிவருவதில்லை. கூடிவருவதைப் பற்றிய கற்பனைகள்தான்

அவருக்குச் சாத்தியமாக இருந்திருக்கின்றன. அவருடைய கடிதங்களும் ஒரு வகையில் கற்பனைகளே. அந்தக் கற்பனைக்குப் பின்னால் மிகப் பெரிய துக்கம் இருக்கிறது. அந்த துக்கமும் கற்பனையும் இணைந்து, 'பொய்' என்று சொல்லி நாம் உதற வேண்டியவற்றை இலக்கியமாக மாற்றி உறவுகொள்ள வைத்திருக்கிறது. எதுவும் கூடாதவர்கள் காலம் காலமாகப் புனைந்து வந்திருக்கும் கற்பனையின் மற்றொரு உருவம்தான் அவருடைய கடிதங்கள். அந்தக் கற்பனை சார்ந்த துக்கத்தைத்தான் நாம் புதுமைப்பித்தன் கடிதங்களிலும் பார்க்க வேண்டும் என்று எனக்குப் படுகிறது என்றேன்.

எல்லா எழுத்தாளர்களைப் போலவும் ரகுநாதனும் நிறைகளும் குறைகளும் கொண்டவர்தான். ஆனால் அவருடைய நிறையான குணமாக எனக்குப் படுவது கடந்த காலம் பற்றியும் நிகழ்காலம் பற்றியும் அவர் எப்போதும் பொய் சொல்ல மறுத்து வருவதுதான். மிகைப்படுத்திச் சொல்லக்கூட விரும்பாதவர் அவர். அவர் தரும் பதிவுகளை நம்பும்படி அவர் தன்னை வைத்துக்கொண்டிருக்கிறார். தமிழ் எழுத்தாளர்களைப் பற்றி அறிந்தவர்கள் ரகுநாதனின் இந்த குணம் எவ்வளவு அபூவர்மானது என்பதையும் அறிவார்கள்.

நான் ரகுநாதனை எனது இருபத்திரண்டாவது வயது வாக்கில் – என் திருமணத்துக்கு முன்னால் – சந்தித்தேன். இப்போது எனக்கு வயது அறுபத்திநாலு. ரகுநாதனைச் சந்தித்தபோது அவருடைய பார்வை முழுவதையும் விமர்சனம் இல்லாமல் ஏற்றுக்கொள்ளும் மனநிலையில்தான் நான் இருந்தேன். இன்று அவருடைய பாதையையும் என்னுடைய பாதையையும் இணைக்கும் குறுக்கு சந்துகள் இருந்தாலும்கூட அவை வெவ்வேறு திசைகளில் போய்க்கொண்டிருக்கும் பாதைகள்தான். கருத்து வேற்றுமைக்கும் நட்புக்கும் சம்பந்தம் இல்லை என்று சொல்வது ஒரு பொதுவான வழக்கம். ஆனால் நடைமுறையில் கருத்து வேற்றுமை ஏற்படுகிறபோதெல்லாம் நட்பும் முறிந்துபோய்விடுகிறது. இந்த நியதிக்கு ஒரு விதிவிலக்கு எனக்கும் ரகுநாதனுக்குமான உறவு. அபூர்வமான விதிவிலக்கு. இந்த விதிவிலக்கு தமிழ்ச் சூழலின் விதியாக மாறினால் தமிழ்ச் சிந்தனையையும் தமிழ் வாழ்வையும் சிறிது மேலெடுத்துச் செல்ல முடியும். கதவை திறந்து வைத்துக்கொண்டிருந்தால் காற்று இல்லாதபோது கூடப் புழுக்கம் குறையும்.

ரகுநாதனுடனான சந்திப்பு பற்றி 20.7.95இல் எழுதிய குறிப்பு

('மனக்குகை ஓவியங்கள்' நூலிலிருந்து)